D1680533

பேசும்பட முதல்வர்

T.C.வடிவேலு நாயகர்

ச.முத்துவேல்

விலை : ரூ. 130/-

மின்னங்காடி

பதிப்பக வெளியீடு - 13

சினிமா / வரலாறு

ஆசிரியர் : ச.முத்துவேல் ©

முதல் பதிப்பு : 2021

வெளியீடு : மின்னங்காடி பதிப்பகம்
24, அண்ணா 3-வது குறுக்குத் தெரு,
அவ்வை நகர், பாடி, சென்னை - 50.

Rs. 130/-

Cinema / History

Author : Sa. Muthuvel ©

First Edition : 2021

Published by : Minnangadi Publications
24, Anna 3rd Cross Street,
Avvai Nagar, Padi, Chennai - 50

Website : www. minnangadi. com

Mail : minnangadipublications@gmail. com

Phone : 72992 41264

ISBN **: 978-93-92973-10-9**

ஆசிரியர் குறிப்பு

ச.முத்துவேல் (1975) திருவண்ணாமலையைச் சேர்ந்தவர். தொழிற்கல்வி (ITI) படித்தவர். மைய அரசின் கீழ் செயல்படும் பொதுத்துறை தொழிற்சாலை ஒன்றில் தொழிலாளியாகப் பணி புரிகிறார். சென்னைக்கருகில் வசிக்கிறார்.

குங்குமம் இதழ் நடத்திய வாசகர் கவிதைத் திருவிழாவை கவிஞர் வைரமுத்து நடுவராக இருந்து தேர்வு செய்தார். மொத்தம் வெளியான 100 வாசகர் கவிதைகளில் இவருடையதும் ஒன்று. இதுவே இவருக்கு அச்சில் வந்த முதல் எழுத்து. ஆனந்த விகடன் போன்ற இதழ்களில் தொடர்ந்து கவிதைகள் வெளியானது. உயிர் எழுத்து பதிப்பகம் இவருடைய 'மரங்கொத்திச் சிரிப்பு' என்னும் கவிதைத் தொகுப்பை வெளியிட்டது.

சில ஆண்டுகள் இடைவெளிக்குப் பின்னர் தற்போது ஓராண்டுக்கும் மேலாக தமிழ் திரைப்பட வரலாற்று ஆய்வில் முனைப்புடன் செயல்பட்டு வருகிறார். இந்தத் துறையில் 'பேசும்பட முதல்வர்' என்னும் இந்த நூல் இவருக்கு முதல் நூல். காலச்சுவடு, உயிர்மை ஆகிய இதழ்களில் இவருடைய திரைவரலாற்று ஆய்வுக் கட்டுரைகள் வெளிவந்துள்ளன.

தொடர்புக்கு:

muthuvelsa@gmail.com
98656 85470

சு.தியடோர் பாஸ்கரன்
அவர்களுக்கு

T.C.வடிவேலு நாயகர்

உள்ளடக்கம்

1. முன்னுரை
2. நூல் ஆக்கம் பற்றி
3. பேசும் படத்தின் பதின் பருவம்
4. பேசும்படப் பெரியவர் - அறிமுகம்
5. படங்களின் பட்டியல்
6. பட விவரங்கள்
    1. புத்துயிர் பெறும் ராஜா ஹரிச்சந்திரா - காலவ மஹரிஷி
    2. பிரஹலாதா - 1933
    3. சக்குபாய் - 1934
    4. திரெளபதி வஸ்திராபஹரணம் - 1934
    5. சாரங்கதரா - 1935
    6. ரத்னாவளி - 1935
    7. பட்டினத்தார் - 14 வாரங்கள் ஓடிய முதல் தமிழ் திரைப்படம்
    8. விஸ்வாமித்ர - 1936
    9. மீராபாய் - 1936
    10. கவிரத்ன காளிதாஸ் - 1937
    11. கிருஷ்ண துலாபாரம் - 1937
    12. விக்ரம ஸ்திரீ சாகஸம் - நவீன ஸ்திரி சாஹசம் - 1937
    13. ரம்பையின் காதல் - 1939
    14. பிரஹலாதா - 1939
    15. சதி முரளி - 1940
    16. ஆர்யமாலா - 1941
    17. சாவித்ரி - 1941
    18. ஜெகதலப்ரதாபன் - 1944
    19. துளசி ஜலந்தர் - 1947
7. தொகுப்புரை
8. புகைப்படங்கள் - படக்காட்சிகள்
9. பட விளம்பரங்கள்

போகப் போகப் போய்க்கொண்டேயிருக்கிறது...

1918ல் தமிழக சினிமா வரலாற்றைத் தொடங்கி வைத்த நடராஜ முதலியார் தமிழ் சினிமாவின் வெள்ளி விழாவில் கலந்துகொண்டபோது, பலருக்கும் அவரைத் தெரிந்திருக்கவில்லை, அவர் தனியாக அரங்கத்தின் வெளியில் அமர்ந்திருந்தார் என்றும் அவரை அணுகி புகைப்படம் எடுத்தபோது நடராஜ முதலியார் நெகிழ்ந்து அழுதுவிட்டார் என்றும் ஃபில்ம் நியூஸ் ஆனந்தன் எழுதியிருக்கிறார். இதுபோல் நிறைய சம்பவங்கள் வரலாற்றில் காலம் கடந்து கவனிக்கப்பட்டன.

எங்கோ ஒரு நூலில் பல புகைப்படங்களுள் ஒரு படமாக இருந்த வடிவேலு நாயகர் இப்போது, இந்த நூலுக்கான மையமாகியிருக்கிறார். ஆங்காங்கே சிதறிக் கிடந்த அவரைப் பற்றிய தகவல்கள் இங்கே தொகுக்கப்பட்டுள்ளது. அவருடைய பிறப்பு, இறப்பு போன்ற தனிப்பட்ட விவரங்கள் இதுவரை தெரியவில்லை. முழுமையானவை இல்லையென்ற போதிலும், இவ்வளவு விரியும் என்று நான் எதிர்பார்க்கவில்லை. அவருடைய பணி இன்னும் விரிவானது.

காலத்தின் இயல்பால் மறைந்துபோகக் கூடிய ஒன்றை எவ்வளவு நாள் இழுத்துப் பிடித்துக் காப்பாற்ற முடியும்? அதனுடைய தேவைதான் என்ன? பயன்கள் என்ன?... என்பனபோல் என் முன் சில கேள்விகள் வைக்கப்பட்டன. எனக்கு இதில் உடன்பாடில்லை. வரலாறு என்பது வேறென்ன? கீழடியை நாம் ஏன் அகழ

வேண்டும்? கடந்த கால ஆராய்ச்சியில் இறங்கியிருக்கும்போது, அரசியல், இலக்கியம் போன்றவை என் கண்களில் பட்டபோது, எனக்குமே சிறிது உறுத்தல் இருந்தது. அவைகளை விடுத்து, சினிமா பற்றியும், அதனிலும் ஒரு தனிப்பட்ட நபர் பற்றியும் நேரத்தையும், உழைப்பையும் செலவிடுவது பற்றியும் தயக்கம் எழுந்தது. சமகாலத்தைப் பதிவு செய்தவர்களின் விளைவாகவும் பயனாகவும் இப்படியொரு நூலைத் தொகுக்க முடிவதை கருத்தில் கொண்டால் நான் இறந்த காலத்தை எழுதிக் கொண்டிருக்கிறேனே என்றும் உறுத்தியது. ஆனால், அந்த சிறு தயக்கங்களையெல்லாம் உதறிவிட்டு உற்சாகத்தோடுதான் இந்தத் தொகுப்பு வேலையையும், ஆய்வையும் செய்தேன்.

இந்த நூலை வாசிக்க வேண்டிய தேவையுள்ளவர்கள் குறைவான எண்ணிக்கைக்குள்ளேயே அடங்குவர் என்பதை உணர்ந்திருக்கிறேன். பயன் பற்றிய கவலையை நான் எழுப்பிக்கொள்ளவில்லை. எப்போதும் ஒரு குறிப்பு நூலாக இது எஞ்சும் என்றும் நம்புகிறேன். குறைந்தபட்சம், சமகாலத்தில் வடிவேலு நாயகர் உட்பட்ட பல விடுபடல்களும், தவறான தகவல்களும் களையப்பட்டால், அதுவே பயன்.

ஊரடங்குக் காலத்தில் கே. பாலசந்தர் படங்கள் போன்று பார்த்துக் கொண்டிருந்தபோது, பர்மா ராணி (1945) போன்ற பழைய, அரிய படங்கள் வலையேற்றப்பட்டிருப்பதைக் கண்ணுற்று வியப்பும் மகிழ்ச்சியும் மேலிட்டது. அப்படித்தான் தொடங்கியது இந்த ஆய்வு.

என்னைப் பொறுத்தவரையில் அரிய செயல் மற்றும் ஆய்வு நூல் இது. என்னுடைய ஈடுபாடு, சிந்தனை, நேரம் எல்லாம் இந்த நூல் உருவாக்கத்திலேயே கழிந்து கொண்டிருந்தது. "போதமுற்ற போதினிலே பொங்கி வரும் தீஞ்சுவை" நிலைதான். முழுக்கவே தூங்காத நிறைய இரவுகள் என்னுடையதாகிப் போனது. இதிலிருந்து வெளியேற வேண்டுமானால், ஒரு கட்டத்தில் நிறுத்தியாக வேண்டும். அப்படித்தான் நிறுத்தியிருக்கிறேன். தனி நபர் பற்றிய நூலாக அல்லாமல், 1950 வரைக்குமான தமிழ் சினிமாக்களைப் பற்றி எழுதவேண்டும் என்றே திட்டமிட்டிருந்தேன். அதேவேளையில், தமிழ் பேசும் சினிமாவின் ஆரம்ப கால வரலாற்றிலிருந்து, அந்தக் காலமே இதில் இரண்டறக் கலந்திருப்பது இயல்பானது. மேலும், இப்போது புழக்கத்தில் அல்லாத மேலதிகமான தகவல்கள் ஏராளமானவை புத்துயிர் பெற்றிருக்கிறது. சினிமா வரலாற்றுப் பக்கங்களின் சில வரிகளை மாற்றியமைக்கும் தகவல்கள் இந்த நூலில் பதிவாகியிருக்கிறது என்பதைத் தெரிவிக்கும்போது உவகையடைகிறேன். ராஜா ஹரிச்சந்திரா - காலவ மஹரிஷி

ச.முத்துவேல் | 9

ஆகிய படங்களைப் பற்றியே இவ்வாறு குறிப்பிடுகிறேன். துறை சார்ந்தவர்கள், ஆர்வமுள்ளவர்கள் அனைவரையும் இந்த நூல் சென்று சேரவேண்டும் என்பதே இந்த நூலின் இலக்கு.

1. தகவல்களை தேடித் தொகுப்பது. (இதுவே பெருமளவில் நடந்துள்ளது). 2. தகவல்களின் அடிப்படையில் கருத்துக்களை உருவாக்குவது ஆகிய இரண்டு தளங்களில் மேற்கொள்ளப்பட்ட முயற்சியே இந் நூல். தகவல்களில் குறைகளோ, பிழைகளோ இருந்தால் அவை கருத்துருவாக்கத்திலும் தாக்கம் செலுத்தும். நூலில் குறைகள், பிழைகள் தெரிந்தவர்கள் தயக்கமின்றி எனக்குத் தெரியப்படுத்த வேண்டுகிறேன்.

ஏராளமானவர்களுக்கு நன்றி சொல்லவேண்டும். பொன் செல்லமுத்து, அகிலா விஜயகுமார் ஆகிய இருவருக்கும் என் நன்றிகள். பெ.வேல்முருகன், மனு சதீஷ் ஆகியோருக்கும் நன்றி தெரிவித்துக்கொள்கிறேன். இந்த நூலுக்கான தகவல்கள் சார்ந்து உதவியதில் நண்பர் சுகீத் கிருஷ்ணமூர்த்திக்கு குறிப்பிடத் தகுந்த பங்குண்டு. அவருக்கும், மற்றும் என்னை பொறுத்துக் கொண்ட என் குடும்பத்தாருக்கும் இவ்விடத்தில் என் நன்றியை தெரிவித்துக் கொள்கிறேன்.

வடிவேலு நாயகரைப் போன்றே திரைப்படங்களில் கதை, திரைக்கதை வசனம் ஆகிய பணிகளைச் செய்துவருபவர் எழுத்தாளர் தமிழ்மகன். அவருடைய மின்னங்காடி பதிப்பகம் மூலமாக வெளிவருவது ஒரு தற்செயலான பொருத்தம். அவருக்கும் என் நன்றி.

அன்புடன்,
ச.முத்துவேல்
09.12.2021

தொடர்புக்கு
muthuvelsa@gmail.com
98656 85470

நூல் ஆக்கம் பற்றி..

டி.சி வடிவேலு நாயகர் பற்றிய இந்த நூல் முழுமையானது அல்ல என்றபோதிலும் நிறைவானது. குறைகளும் நிரப்பப்பட்டு முழுமையாக வேண்டும் என்ற ஆவலோடு வெளியிடப்பட்டிருகிறது.

நாடகம், சினிமா, பொதுவாழ்வு ஆகிய மூன்று தளங்களிலான அவருடைய பங்களிப்புகளில் சினிமாவே இந் நூலில் அதிகமும் இடம் பெற்றிருக்கிறது. இவ்வளவு மும்முரமாகவும், தொடர்ச்சி யாகவும் பணியாற்றிவர் மௌனப்படங்களில் செயல்பட்டாரா என்பது பற்றி தெரியவில்லை.

ஒரு கட்டுரையாகத் துவங்கப்பட்ட டி.சி.வடிவேலு நாயகர் பற்றிய குறிப்புகள் தொகுக்கப்பட்டு இவ்வளவு பெரிய ஒரு நூலாக விரியும் என்று எதிர்பார்க்கவில்லை. அவருடைய பிறப்பு, மறைவு ஆகிய வாழ்க்கை விவரங்கள் கிடைக்கவில்லை. 1908ல் துவங்கி 1953 வரையிலான அவருடைய பாதச்சுவடுகள் கிடைத்தவரை பதிவு செய்யப்பட்டுள்ளன.

இன்றும் கிடைக்ககூடிய திரைப்படங்கள், மற்றும் மறு ஆக்கமாக வந்த படங்களின் கதைச் சுருக்கங்கள், புகைப்படங்கள், படக்காட்சிகள் தவிர்க்கப்பட்டுள்ளன. காலச்சுவடு இதழில் வெளியான ஒரு கட்டுரை பொருத்தப்பாடு கருதி இணைக்கப்பட்டிருக்கிறது. புதிதாக படம் பார்ப்பவர்களுக்கு உதவியாக இருக்கும் வகையிலும், மரியாதை செய்யும் வகையிலும் தொடர்புடைய படங்களில் நடித்தவர்கள், கலைஞர்கள் ஆகியோரின் நிழற்படங்கள் இயன்றவரை கொடுக்கப்பட்டுள்ளன.

பேசும்பட துவக்கக் காலத்தைய படங்களின் மீது ஆர்வம், அக்கறை, ஆய்வு மேற்கொள்பவர்களுக்கு எளிதாக வழிகாட்டி நேரத்தையும் உழைப்பையும் மிச்சப்படுத்தும் ஒரு நூல் இது.

1932 முதல் 1947 வரை வெளியான 20க்கும் மேற்பட்ட படங்களை பற்றிய விவரங்கள் கொண்ட இந்த நூலில் அரிய புகைப்படங்கள், படக்காட்சிகள் இடம் பெற்றுள்ளன.

. அந்தக் கால இதழ்களில் உ.வே.சாமிநாதய்யர் அவர்களின் ஒரு கட்டுரைத் தலைப்பைக் காண நேரிட்டது. அதன் தலைப்பு 'நாயகர் மீட்சி'. பொருத்தப்பாடு கருதி அமேசான் தளத்தில் 'நாயகர் மீட்சி' என்ற தலைப்பில் இந்த நூலை 15. 01. 2021 அன்று வெளியிட்டேன். பின்பு எளிதாகத் தொடர்புறுத்தும் தகவலாக 'பேசும்பட முதல்வர்' என்று மாற்றினேன். அதன்பிறகு நிறைய சேர்க்கப்பட்டும், நீக்கப்பட்டும் மேம்படுத்தப்பட்ட பதிப்பாக அச்சில் வருகிறது.

இணையம் மற்றும் புத்தகங்கள் வாயிலாகவே தகவல்கள் சாத்தியமானது. ஆவணக் காப்பகங்கள் போன்றவற்றை நாடியிருந்தால் சிறப்பாக்க முடியும். வாய்ப்புகள் எளிதாக இல்லை.

பம்மல் சம்பந்த முதலியார்

டி.சி.வடிவேலு நாயகர்

பேசும் படத்தின் பதின் பருவம்

100 ஆண்டுகளுக்கு முன்னர் வாழ்ந்து சாதனைகள் படைத்த ஒருவரைப் பற்றி நாம் புரிந்துகொள்ள நமக்கு அந்தக் காலத்தைப் பற்றிய கண்ணோட்டமும் பின்புலமும் தேவையாகிறது.

1931 முதல் 1947 வரையிலான சில திரைப்படங்கள், கலைஞர்கள் போன்றவற்றைப் பதிவு செய்திருக்கிறது இந்த நூல். 'பாகவதர் காலம்' என்று ஒருவர் சொல்லியிருந்தார். மிகச் சரியான வர்ணனை இது. 'நாயகியர் காலம்' என்றும் சொல்லலாம். ஓரிரு கதாநாயகர்களைத் தவிர நடிகைகளே முதன்மை கதாபாத்திரமாக பெயர் குறிப்பிடப்படுவதையும், விளம்பரப்படுத்தப்படுவதையும் அந்தளவுக்குப் பார்க்க முடிகிறது.

ஆங்கிலேயரிடம் அடிமையாக இருந்தது நாடு. 1920 களில் இரட்டை ஆட்சி முறை. சென்னை மாகாணம் (மதராஸ் பிரசிடென்சி) என்பது தமிழகமும், ஆந்திரா, கேரளா, கர்நாடகாவின் பகுதிகளையும் உள்ளடக்கியவை. இந்தியா என்பது பாகிஸ்தான், வங்கம் ஆகியவற்றையும் உள்ளடக்கியது. 1937 வரை பர்மா இந்தியாவுடன் இணைந்த பகுதியாகவே ஆங்கிலேயர்கள் ஆட்சியின் கீழ் இருந்தது. சென்னை பட்டணம் என்பது இப்போதிருப்பதைப்போல் பரந்து விரிந்தது கிடையாது. சமஸ்தானங்களில் மன்னர்கள் ஆட்சி நடந்து கொண்டிருந்தது.

இந்தியாவில் 1913ல் இந்திய மொழிகளில் பேசாப்படங்கள் வெளிவரத் தொடங்கின. பேசும் படங்கள் 1931ல் வரத் தொடங்கின. மேற்கு நாடுகளின் ஆங்கிலப் படங்களும், இந்தி சினிமாவும், சென்னையில் பிறமொழிப் படங்களாகப் பார்க்கப்பட்டு வந்த நிலையில் தெலுங்கு, கன்னடம் ஆகிய மொழிப் படங்களும் தமிழைப் போலவே உள்மொழிகளாக இருந்து வந்தன. இந்தி, தெலுங்குப் படங்களின் பாட்டு புத்தகங்கள் தமிழில் அச்சடிக்கப்பட்டு விற்கப்பட்டன. N.S.கிருஷ்ணன், T.A.மதுரம் இணை தெலுங்குப் படங்களிலும் கன்னடப் படங்களிலும் நடித்தனர். தெலுங்கு நடிகர்கள் நிறைய பேர் தமிழிலும், தெலுங்கிலும் நடித்தனர். தமிழின் முதல் பேசும் படமான காளிதாஸ் தமிழ், தெலுங்கு உள்ளிட்ட மொழிகள் பேசிய படம். இந்த உள்ளூர் மொழிப் படங்களும் இப்போது 4 மாநிலங்களாகப் பிரிந்திருக்கும் எல்லா இடங்களிலும் வெளியிடப்பட்டு வந்தன. போலவே, தமிழர்கள் வாழும் இலங்கை, சிங்கப்பூர், மலேசியா போன்ற வெளி நாடுகளிலும் தமிழ்ப் படங்கள் துவக்கத்திலிருந்தே வெளியிடப்பட்டிருக்கின்றன.

இந்தியாவில் 1935 ல் 38 ஸ்டுடியோக்கள் இருந்தன. 146 படப்பிடிப்பு கம்பெனிகள் இருந்தன. 123 படங்கள் எடுக்கப்பட்டன. படங்கள் பேசத் தொடங்கினாலும், ஒளி ஒலி போன்றவை மங்கலாக இருந்து போகப்போகவே தெளிவு பெற்றன.

1939 ஆம் ஆண்டு 35 தமிழ்ப் படங்கள் எடுக்கப்பட்டன. பரந்து விரிந்திருந்த சென்னை மாகாணத்தில் 207 நிரந்தரத் திரையரங்குகளும், 245 டேரா சினிமா இருந்தன. சினிமாத் தொழில் வேகம் பிடித்து முன்னேறிக்கொண்டிருந்த காலத்திலேயே 1943 ஆம் ஆண்டின் இறுதியிலேயே கூட பி.எஸ்.ராமையா சொல்கிற கணக்குப்படி தமிழ் மாவட்டங்களில் அதிகபட்சம் 300 திரையரங்குகள்தான் இருந்தன என்கிறார். இவற்றில் நகரங்கள் மற்றும் பெரிய கிராமங்களில் மட்டுமே நிரந்தரத் திரையரங்குகள் ஒன்றிரண்டு இருந்தன. மற்றவை, Touring cinema என்ற ஊர் ஊராகப் பயணிக்கும் திரையரங்கங்களாக இருந்தன. நிரந்தரத் திரையரங்குகளிலேயே கூட ஒரு நாளில் 2,3 காட்சிகள் வரையே காண்பிக்கப்பட்டிருக்கின்றன. கிராமங்களுக்கு மின்சாரமும், மோட்டார் வாகன வசதியும் சென்று சேர்ந்திருக்கவில்லை. சென்னைப் பட்டணத்திற்கே பொது மின்சாரம் 1910ல் வந்ததாகச் சொல்லப்படுகிறது. 1918ல் நாடகம் துவங்கிய டிகேஎஸ் சகோதரர்கள் சில ஆண்டுகள் சென்ற பிறகு மதுரை சென்றிருந்தபோது அங்கே மின்சாரம் வந்திருக்கவில்லை என்று எழுதியிருக்கிறார். ஒரு படத்தின் பிரதி 6 முதல் 20 வரையே தயாரிக்கப்பட்டன. வெளியாகும் படங்கள் ஓடி முடிந்து, ஊர்

ஊராக மாற்றலாகும். 3 வாரங்கள் தொடர்ந்து ஓடினால் வெற்றிப் படமாக கருதப்பட்டது. வசூல் வந்துவிடும். கல்கி தருகிற ஒரு குறிப்பின்படி, மற்ற ஊர்களில் ஓடி முடிந்து பிறகே தாமதமாக சென்னையில் பல படங்கள் வெளியிடப்பட்டிருக்கின்றன. வளர்ச்சியடைந்த நகரங்களில் முதலில் திரையிடப்பட்டால், விமர்சனம் எழுதி படம் பாதிக்கப்படலாம் என்பதும் ஒரு காரணம்.

ஆங்கிலப் படங்களின் விளம்பரங்களில் அப்போதே உதட்டு முத்தங்களுடன் காணப்பட்டு வந்த வேளையில், தமிழில் ஆணும், பெண்ணும் நெருங்கித் தொட்டு நடித்ததற்கே பெரும் கூச்சல்கள் எழுந்து கொண்டிருந்தன. சினிமாவின் முன்னோடிக் கலையான நாடகங்களில் பெண்கள் நடிப்பது அரிது. ஆண்களே பெண் வடிவமிட்டு நடித்தனர். நாடகங்களைப் பார்க்க வருவதிலும் பெண்கள் கிடையாது. நாடகங்கள் இரவில் நடைபெற்று தாமதாகவோ, அல்லது விடியும் வரையோ நீடித்ததும் காரணம். பெண்கள் சினிமாவைப் பார்க்கக்கூடாது என்று ஒரு குறிப்பிட்ட பிரிவினர் தீர்மானம் நிறைவேற்றினராம். ஆனால், அதே வேளையில் நாடகங்களை ஒப்பிடும்போது, குறைந்த அளவிலாவது சினிமாவில் நடிக்க பெண்கள் முன் வந்தனர். பத்திரிகைகள் சினிமா பெண்களைப் பற்றி எழுதுகையில் அவள் இவள் என்றே எழுதியிருக்கின்றன.

காலங்காலமாக நடித்து வந்த நாடகங்களையே சினிமாப் படமாக்கினர். பெரும்பாலானவை சமயக்கதைகள், அரசர் கதைகள். சமகால சித்தரிப்பில் அமைந்த சமூகக் கதைகள் மிகவும் குறைவாகவே இருந்தன. இவையே, திரைப்படங்களாக்கப்பட்டன. ஒளி மற்றும் ஒலிப்பதிவு செய்யப்பட்ட நாடகங்களே துவக்ககால திரைப்படங்கள். ஸ்டுடியோக்களிலேயே முழுப்படமும் எடுக்கப் பட்டு வந்தன. வெளிப்புற படப்பிடிப்பு குறைவானதாகவே இருந்தது.

பேசும் படப் பெரியவர் டி.சி.வடிவேலு நாயகர் அறிமுகம்

முழுதும் தமிழிலேயே பேசிய முதல் படத்திலிருந்து துவங்கி 1930,40 களில் இயங்கிய புகழ்பெற்ற இயக்குனரும்,தமிழ் சினிமா முன்னோடிகளில் தவிர்க்கக் கூடாத ஒருவருமானவர் டி. சி. வடிவேலு நாயகர். கதை, வசனம், திரைக்கதை, பாடல்கள், கலை இயக்கம் (ART DIRECTION) மற்றும் இயக்கம் ஆகிய பல்வேறு பணிகளைத் தமிழ் சினிமா பேசும்படக் காலத்தில் முதல் 2 பத்தாண்டுகளில் பங்காற்றியிருக்கிறார். துவக்கம் முதல் தொடர்ச்சியாகப் பணிபுரிந்திருகிறார். அதற்கும் முன்பு நாடகங்களில் மேற்சொன்னவற்றுடன் சேர்த்து நடிக்கவும் செய்திருக்கிறார்.

ஏராளமான கலைஞர்களை அறிமுகப்படுத்தியும், வாய்ப்புகள் கொடுத்தும் வளர்த்திருக்கிறார். இவர் பங்காற்றிய அளவுக்குப் பரவலாக இவருடைய பெயரும், புகழும் அறியப்படவில்லை. பல விடுபடல்கள், தவறான தகவல்கள் போன்றவற்றால் வடிவேலு நாயகரின் பங்களிப்பு மீது போதிய வெளிச்சம் விழவில்லை.

முன்னோடிக் கலைஞர்

இந்திய சினிமா தன்னுடைய மௌனத்தைக் கலைத்து, பேசத் தொடங்கியது 1931ல். வடக்கே இந்தியில் ’ஆலம் ஆரா’வும், தமிழில்

'காளிதாஸ்'-ம் முதல் பேசும் படங்கள். காளிதாஸ் படத்தை இயக்கியவர் எச். எம். ரெட்டி. வெளியான தேதி 31.10.1931.

முதல் தமிழ் பேசும்படம் காளிதாஸ் எனப்பட்டாலும், அது தமிழ், தெலுங்கு, உருது போன்ற பன்மொழிகள் இடம் பெற்ற படம். மொத்தம் 9 ரீல்களே கொண்ட 3 குறும்படங்களின் தொகுப்பு. 4 ரீல்கள் கொண்ட காளிதாஸ் மட்டுமே கதைப்படம். 2 வது தமிழ்ப் படமான 'ராஜா ஹரிச்சந்திராதான்' முழு முதல் தமிழ்ப் படம். இதை இயக்கியவர் T.C.வடிவேலு நாயகர். காலவ மஹரிஷிதான் 2 வது படம் என்றும் சொல்லப்படுகிறது. எனினும், காலவ மஹரிஷி படத்தை இயக்கியவரும் வடிவேலு நாயகர்தான். இவ் விரண்டு படங்களிலும் (டெக்னிக்கல்) டைரக்டராக இணைந்து பங்காற்றியவர் சர்வோத்தம் பாதாமி.

1936ல் வெளியான ஒரு சினிமா இதழில் 'தமிழ்ப் பட டைரக்டர்கள்' பற்றிய கட்டுரை ஒன்று இடம் பெற்றுள்ளது. அதில் கட்டுரையாளர் அனைத்து டைரக்டர்களையுமே ஒரு இளக்காரமான தொனியிலேயே பதிவு செய்திருக்கிறார். அதில் வடிவேலு நாயகர் பற்றி பின்வருமாறு எழுதப்பட்டுள்ளது.

"ஸ்ரீமான் டி.சி.வடிவேலு நாய்க்கர்... இவர் ஓர் பட்டதாரியல்லர். ஆனால், இவர் நல்ல நாடக அனுபவம் பெற்றவர். தமிழிலும், சங்கீதத்திலும் நல்ல ஞானமுடையவர். இவர் இதுவரை 3 படங்களுக்கு நாடக டைரக்ஷனும், 4 படங்களுக்கு டைரக்ஷனும் செய்திருக்கிறார். இவர் டைரக்ஷன் செய்த வேல் பிக்சர்ஸ் பட்டினத்தார் நல்ல வெற்றி பெற்றது."

1936 வரை அதாவது பட்டினத்தார் (1936) படம் சேர்த்து 7 படங்கள்.

நாடக இயக்குனர்

நாடகத்திலிருந்து சினிமாவில் பங்காற்றியவர்கள் நிறைய பேர்கள் 3 முதன்மையான குழுக்களைச் சேர்ந்தவர்களே. சுகுண விலாச சபா, டி.கே.எஸ். சகோதரர்கள் குழு, மதுரை ஒரிஜினல் பாய்ஸ் கம்பெனி ஆகியவையே அவை. மற்ற குழுக்கள் இவற்றிலிருந்து கிளைத்தவை எனலாம். நாடகக் குழுக்களில் 'வாத்தியார்' என்றழைக்கப்படுபவர் கதை, திரைக்கதை, வசனம், நடிப்புப் பயிற்சி, நடிகர்கள் தேர்வு போன்ற பணிகளைச் செய்பவர்கள். இவர்கள் நாடக இயக்குனர் என்றழைப்பட்டனர் (Playwright). இவற்றுடன் பாடல்கள், இசை, அரங்க அமைப்பு போன்றவற்றையும் செய்தவர்கள் உண்டு. 1923-ல் மறைந்துபோன சி.ரங்கவடிவேலு முதலியார் சுகுண விலாச சபையைச் சேர்ந்த சிறந்த நடிகர். இவர்,

மௌனப்பட காலத்தில் திரைப்பட நடிகர்களுக்கு நடிப்புப் பயிற்சி அளித்ததை தியடோர் பாஸ்கரன் எழுதியிருக்கிறார். பம்மல் சம்பந்த முதலியார் சினிமாவில் ஆற்றிய பங்களிப்பும் நாடக இயக்குனர் என்பதாகவே இருந்தது. இவர்களைப் போலவே டி.சி.வடிவேலு நாயகர் சினிமாவில் ஆற்றிய பங்களிப்பு என்பதும் முதன்மையாக நாடக இயக்குனர் என்பதேயாகும். ஆனால், அதே வேளையில் 3 படங்களுக்குக் குறையாமல் தனித்து இயக்கியும் இருக்கிறார். சுகுண விலாச சபையிலிருந்து சினிமாவில் பங்காற்றியவர்களில் வடிவேலு நாயகரே முதன்மையானவர். மேலும், பேசும்படங்கள் வந்த முதல் 10 ஆண்டுகளுக்குள்ளாகவே 15 படங்களுக்கும் மேலாக பங்கெடுத்திருப்பது போல் வேறு யாரும் இருப்பார்களா என்பதே ஐயத்திற்கிடமாகிறது.

A Group of Actors of the S. V. Sabha in 1895.

சினிமாவில் அவருடைய பங்களிப்பு வசனம் என்று மட்டும் சில இடங்களில் குறிப்பிடப்பட்டிருந்தாலும் அவர் நாடக இயக்குனர் செய்யும் பணிகளனைத்தையும் செய்தார் என்று பதிவாகியிருக்கிறது.

ஊசித்தட்டு நாடகங்கள்

மௌனப் படக் காலத்திற்கும் முன்பிருந்தே கிராமஃபோன் மூலம் பாடல்கள் கேட்டு மகிழ்ந்தனர். அப்போது, நாடகங்களையும் இசைத் தட்டுக்களில் கொண்டு வந்தனர். அவ்வாறு ஒலிபரப்பு செய்யப்பட்ட நாடகங்களை எழுதியவர்களில் டி சி வடிவேலு நாயகரும் ஒருவர் என்று அ.கா.பெருமாள் எழுதியிருக்கிறார். மேலும், வடிவேலு நாயகரை நாவலாசிரியர் என்றும் குறிப்பிட்டுள்ளார்.

சம்பந்த முதலியார் குறிப்புகள்

நாயகரைப் பற்றிய விவரங்கள் பம்மல் சம்பந்த முதலியார் எழுதிய ‘நாடக மேடை நினைவுகள்’ என்னும் நூலில் பரவலாகத்

தென்படுகிறது. பம்மல் சம்பந்த முதலியார் அவர்களின் சுகுணவிலாஸ சபை 1891 ல் ஏற்படுத்தப்பட்ட அமெச்சூர் நாடகக்குழு. இதில் பட்டதாரிகள், செல்வச் சீமான்கள், அரசியல் பிரமுகர்கள், உயர் நிலை அதிகாரிகள் போன்றவர்கள் பங்கெடுத்துக் கொண்டனர். விளைவாக, நாடகம் நடிப்பது இழிவு என்னும் நிலையை சமூகத்தில் மாற்றியவர்கள். உறுப்பினர்கள் மாதச்சந்தா கொடுத்து பங்கெடுத்திருக்கின்றனர். இவர்களுள் டி.சி.வடிவேல் நாயகர் மும்முரமாக இயங்கிய, முதன்மையானவர்களில் ஒருவர். கல்லூரியில் பணியில் இருந்தார் என்று ராண்டார்கை குறிப்பிட்டிருக்கிறார்.

சுகுண விலாஸ சபா துவங்கப்பட்டு, 17 ஆண்டுகள் கழித்து, அமலாதித்யன் 100-வது நாடகமாக நடத்தப்படுகிறது. (பின்னர் 1914 ஆம் ஆண்டில்தான் அச்சிடப்பட்டது). 1908-ஆம் ஆண்டில் ஆகஸ்ட் 28 ஆம் நாள் நடத்தப் பெறும் நாடகம் சிம்ஹளநாதன். இதில்தான், புதிதாகச் சேர்ந்த டி சி வடிவேல் நாயகரும், அவருடைய பால்ய நண்பரான ம.ராமகிருஷ்ண ஐயரும் நடிக்கின்றனர். இருவரும் அதற்கும் முன்பே ஏதோவொரு குழுவில் சில காலம் பங்காற்றியிருந்து விட்டு பிறகு வருகிறார்கள். ஒல்லியானவர். கருத்த நிறமுடையவரா யிருந்தாலும் பெண் வேடம் தரித்தால் அழகாய்த் தோன்றுவார். நன்றாகப்பாடுவார். பாடங்களை சடுதியில் படித்துவிடுவார். நல்ல ஞாபக சக்தியுண்டு.நேரம் தவறாமல் வந்து தங்கள் பாடங்களை சரியாக ஒப்பிப்பார். எந்தக் கதாபாத்திரம் எனினும் நடிப்பார். அதுவேண்டும், இதுவேண்டுமென தொல்லை கொடுப்பதில்லை. கதாபாத்திரத்துக்குப் பொருத்தமான ஆடை அலங்காரத்தை செய்து கொள்வதில் வல்லவர்... போன்ற அவருடைய உருவம் மற்றும் குண நலன்களைப் பற்றி முதலியார் பதிவு செய்திருக்கிறார்.

மேலும் சில குறிப்புகள்

முதல் நாடகத்தில் ஆண் வேடத்திலேயே நடித்திருந்தாலும், பிறகு பெண் வேடங்களிலேயே பெரும்பாலும் நடித்திருக்கிறார். லீலாவதி, சந்தியாவதி, சௌமாலினி, ரத்னாங்கி, வசந்தசேனை, சந்திரமதி முதலிய முக்கியமான பெண் வேடங்களில் நடித்திருக்கிறார். "தற்காலத்தில் லீலாவதி கதாபாத்திரத்தில் வடிவேலு நாயகருக்கு இணையாக யாருமே நடிப்பதில்லை" என்று சொல்லியிருக்கிறார். (அவருக்குமுன், அந்தப் பெருமையை தக்கவைத்துக் கொண்டிருந்தவர் சுகுண விலாஸ சபாவின் முதல் உறுப்பினரான ஜெயராம் நாயகர். இவர், சுகுண விலாஸ சபையின் கண்டக்டரும், நீதிக்கட்சி பிரமுகரும், சென்னையின் முன்னாள் மேயருமான வி.திருலைப் பிள்ளை அவர்களின் மைத்துனர்).

நாடக நாவல் ஆசிரியர்
திரு. எம்.கந்தசாமி முதலியார் அவர்கள்

புகழ்பெற்ற எம். கந்தசாமி முதலியார் (நடிகர் எம்.கே.ராதா அவர்களின் தந்தை) ஒருமுறை, மனோகராவில் வசந்தசேனை கதாபாத்திரத்தில் சிறப்பாகவே நடித்திருக்கிறார். அனைவரும் பாராட்டுகிறார்கள். ஆனால், வடிவேலு நாயகருக்கு இணையாக யாருமே இதுவரை நடித்ததில்லை என்று சம்பந்த முதலியார் அப்போதும் மனதாரப் பாராட்டு கிறார்.

'சோகமாக நடிப்பதில் சிறந்தவர். தெலுங்கு நாடகங்களிலும் நடித்தி ருக்கிறார். அரசி முதல் ஏழைப் பெண் வரை எந்த வேடமெனினும் அதற்குத் தக்கவாறு சிறப்பாக உடுத்தி, வேடம் தரிப்பதில் சமர்த்தர். நன்றாய் தமிழ் கற்றுணர்ந்தவர். 'வள்ளி மணம்' என்ற ஒரு நாடகத்தை சபையில் சேரும் முன்பே எழுதியிருந்திருக்கிறார். அந்த நாடகமும் சுகுண விலாச சபையாரால் நடத்தப் பெற்றிருக்கிறது. தமிழ்ப் பாட்டுகள் எழுதுவதில் மிகவும் வல்லமை பெற்றவர். தனக்கு வேண்டிய வர்ணமெட்டுகளில் எல்லாம் தானாகப் பாட்டுகள் கட்டிக் கொள்வார். மற்றவர்களுக்கும் கட்டிக் கொடுப்பார்..." என்பன போன்ற குறிப்புகள் கிடைக்கின்றன.

(சுகுண விலாச சபையார் தமிழ் மட்டுமல்லாது தெலுங்கு, மலையாளம், ஹிந்தி, ஆங்கிலம், கன்னடம் போன்ற மற்ற மொழி நாடகங்களையும் நடித்திருக்கின்றனர்.)

சபையினர் 1920 ம் ஆண்டு, மே முதல் ஜூன் வரை சேலம், கோயம்புத்தூர் ஆகிய நகரங்களுக்குச் சென்று நாடகம் நடித்துள்ளனர். இதற்கு முன் பெங்களூர் சென்று இழப்பு நேர்ந்த நிலையில், இம்முறை காண்ட்ராக்ட் விட சபை தீர்மானித்தது. அந்த ஒப்பந்தத்தை நாயகர் எடுக்கிறார். எல்லா செலவுகளும் போக 1000 ரூபாய் தருவதாக ஒப்புக்கொள்கிறார். சென்னையைவிட்டு புறப்படுமுன்பே சொன்னபடி ரூ.1000-ம் தந்துவிடுகிறார்.

கன்னையா கம்பெனியில் வெளியூர்களுக்குச் சென்று நன்கு பழக்கமிருப்பதால், விளம்பரம் உள்ளிட்ட எல்லா ஏற்பாடுகளையும் சிறப்பாகவே செய்கிறார் நாயகர். நண்பர்களுக்கு 2-ஆம் வகுப்பு பயண ஏற்பாடு, சொகுசான தங்கும் வசதி என்று ஏற்பாடு செய்கிறார். சில தெலுங்கு நாடகங்கள் போட்டதால் ஏற்பட்ட நட்டத்தையும்

மீறி எப்போதுமில்லாத அளவுக்கு வசூல் நன்றாக நடைபெற்றது. எல்லாச் செலவுகளும் போக ரூ.3500 லாபம் கிடைத்ததாக நாயகரே முதலியாரிடம் சொல்லியிருக்கிறார். அவருடைய நல்ல உள்ளத்திற்கும், உழைப்புக்கும் ஏற்றவாறு நடந்தது என்று குறிப்பிடுகிறார் முதலியார். அப்போது டிக்கெட் விலை 8 அணா முதல் 1 ரூ. வரைதான் என்பதை கவனத்தில் கொள்ளலாம். கப்பலில் இலங்கைக்கு சென்றும் நாடகங்கள் நடத்தியிருக்கின்றனர்.

1910-ல் அப்போது தன்னுடைய வயது 38 என்று முதலியார் குறிக்கும்போது வடிவேல் நாயகர் நல்ல யவ்வனத்தில் இருந்ததாகவும் குறிப்பிட்டிருக்கிறார். வடிவேலு நாயகர், முதலியாரை விளிக்கும்போது 'வாத்தியார்' என்கிறார். அவரோ, நாயகரை ஒருமையில் வா, போ என்று பேசுகிறார். எனில், நாயகர் இளையவர் என்றும், அப்போதைய தோராயமான வயதையும் கணிக்கமுடிகிறது. (1890 வாக்கில் பிறந்திருக்கலாம் என்ற தோராயக் கணக்கைப் பின்பற்றினால் வாசிப்பதற்கு துணை சேர்க்கும்.)

1908ல் சுகுண விலாஸ சபையில் சேர்ந்த வடிவேலு நாயகர் 1927வரை அங்கே இருந்ததற்கான சான்றுகள் நாடக மேடை நினைவுகளில் கிடைக்கின்றன. இடையில் கன்னையா கம்பெனியில் சில காலம் இருந்ததாகவும் ஒரு குறிப்பு உள்ளது.

கன்னையா, நாடகங்களில் பிரம்மாண்டமான மேடை அலங்காரங்களையும் தந்திரக் காட்சிகளையும் செய்வதில் புகழ் பெற்றவர். ராண்டார் கை அளித்துள்ள ஒரு குறிப்பின்படி பிரஹலாதா (1939) படத்தில் வடிவேலு நாயகர் கலை இயக்குனராகவும் பங்காற்றியிருப்பதைத் தொடர்புபடுத்திக் கொள்ள இந்தக் குறிப்பு துணை செய்கிறது.

வெ. சாமி நாதசர்மாவை மூர்ச்சையடையச் செய்த நடிப்பு

'தமிழ் நாடக மலர்' என்னும் ஒரு நூலில், 'நாடகத்திலே மலர்ந்த அன்பு' என்ற ஒரு கட்டுரையில் வெ. சாமி நாத சர்மா எழுதியிருப்பது. . .

"முந்தியெல்லாம் சென்னை சுகுண விலாஸ சபையார் பிரதி வருஷமும் கிருஸ்துமஸ் விழாவின்போது தினந்தோறும் நாடகங்கள் நடத்துவது வழக்கம். அநேகமாக ஒவ்வொரு நாடகத்துக்கும் நான் செல்வதுண்டு. அமெச்சூர் நாடக சபாக்களுக்குள் சுகுண விலாஸ சபை முதல் இடம் வகித்திருந்த காலம் அது. 1914 ம் வருஷம் டிசம்பர் மாதம். நாள் ஞாபகமில்லை. விக்டோரியா பப்ளிக் ஹாலில் சுகுணவிலாஸ சபையாரின் "சாரங்கதரன்" நாடகம் நடக்கிறது. ஶ்ரீ சம்பந்த முதலியார் சாரங்கதரன். ஶ்ரீ சி. ரங்கவடிவேலு முதலியார் 'சித்ராங்கி'. ஶ்ரீ டி.சி.வடிவேலு

The Town Hall (Victoria Public Hall) where the Sugana Vilasa Sabha staged its plays.

நாயக்கர் 'ரத்னாங்கி'. ஒவ்வொருவருடைய நடிப்பிலும் உணர்ச்சி பொங்குகிறது. சாரங்கதரன் கொலைக் களத்திற்கு அழைத்துச் செல்லப்படுகிறான். அவனது நடையிலும், பார்வையிலும் அவன் நிரபராதி என்பது புலப்படுகிறது. ஐயோ, ரத்னாங்கி புலம்புகிறாள். புலம்பலைக் கேட்கிறவர்களும் புலம்புகிறார்கள். . . காலரியில் எனது உறவினர் ஒருவருடன் உட்கார்ந்திருந்த நான் அப்படியே மூர்ச்சையாகிவிட்டேன். பிறகு அங்கு என்ன நடந்ததென்றே எனக்குத் தெரியாது. சாரங்கதரன் கொலைக் களத்திற்குச் சென்றானா? அங்கே அவன் கதி என்னவாயிற்று? ஒன்றையும் நான் அறியேன். இதற்காக, நாடக முடிவுவரை நான் இருந்து

தெ.பொ.கிருஷ்ணசாமிப் பாவலர்   வெ.சாமிநாத சர்மா

பார்த்துவிட வேண்டும் என்பதற்காக என் உணர்ச்சிகளை ஒரு நிதானத்திற்குட்படுத்தி வைத்துக் கொண்டு மற்றொரு முறை சாரங்கதரன் நாடகத்தை சென்று பார்த்து வந்தேன். இப்போது எனக்கு ஞாபகம் இருக்கிறவரை சுகுண விலாச சபையின் சாரங்கதரன் நாடகத்தை ஐந்தாறு தடவை பார்த்திருப்பேன்" என்பதாக வெ.சாமிநாத சர்மா அவர்கள் எழுதிய கட்டுரை நீள்கிறது.

அப்போது ஒருவர் வந்து தண்ணீர் தெளித்து எழுப்புகிறார். வந்தவர் கேட்கிறார்.

"நாடகம் எப்படியிருந்தது? சாரங்கதரனின் பரிதாபக் கோலத்தைக் கண்டு மூர்ச்சையானீர்களா? அல்லது ரத்னாங்கியின் புலம்பலைக் கண்டு மூர்ச்சையானீர்களா?"

அதற்கு சர்மா சொன்னது.. "ஒன்றைக் கண்டேன். ஒன்றைக் கேட்டேன். கண்களிலிருந்து நீர் பெருகியது. அவ்வளவுதான்.."

விட்டல் ராவ்

சர்மாவை தண்ணீர் தெளித்து எழுப்பியது வேறு யாருமல்ல. சதாவதானி தெ.பொ. கிருஷ்ணசாமிப் பாவலர்தான் அவர். சுகுண விலாச சபையின் உறுப்பினராகவும் இருந்தவர்.

"பக்தியோ, புராணமோ, மாயாஜாலமோ என்ன கஸ்மால-ரீலோ, எவ்வளவு இறுக்கமாக கதை அமைத்திருக்கிறார் வடிவேல் நாயக்கர். அந்தக் காலப் படங்கள் பலவற்றின் கதையாக்கம் மற்றும் வசனப் பொறுப்பையேற்ற வடிவேல் நாயக்கர் தம்

பணியை கச்சிதமாகவே செய்திருக்கிறார்” என்று எழுத்தாளர் விட்டல்ராவ் பொதுவாகக் குறிப்பிடுகிறார். (தமிழ் சினிமாவின் பரிமாணங்கள், நிழல் பதிப்பகம்)

கலைஞர்கள் அறிமுகம்

முதல் தமிழ் பேசும் படம் மற்றும் துவக்கக் கால படங்கள் என்று வரும்போது, அவற்றில் பங்காற்றிய கிட்டத்தட்ட அனைவருமே அறிமுகம் என்று சொல்லத் தகும். அந்த வகையில் P.B.ரங்காச்சாரி, V.S.சுந்தரேச அய்யர், D.R. முத்துலட்சுமி போன்ற நடிகர்கள் முதல், தொழில் நுட்பக் கலைஞர்கள் வரை ஏராளமானவர்கள் வடிவேலு நாயகரால் அறிமுகப்படுத்தப்பட்டிருப்பார்கள். அவர்களுள் சிலர் பற்றிய குறிப்புக்கள் தொகுக்கப்பட்டு, பின்வருமாறு... .

தண்டபாணி தேசிகரை அறிமுகப்படுத்தியவர்

M.M.தண்டபாணி தேசிகர்

எம்.எம். தண்டபாணி தேசிகரை மதுரைக்குச் சென்று நேரிலேயே சந்தித்து, திரைத்துறைக்கு அழைத்து வந்து பட்டினத்தார் படத்தில் அறிமுகப்படுத்திய பெருமை நாயகரையே சேரும். வேல் பிக்சர்ஸ் உரிமையாளர் M.T.ராஜனும் நாயகருடன் சென்றுள்ளார்.

‘சினிமாவுக்குப் புதியவராயிருந்ததால், ஸ்ரீ வடிவேல் நாய்க்கர் தேசிகர் விஷயத்தில் விஷேச கவனம் செலுத்தினார். தேசிகர் பெற்ற வெற்றியில் பெரும்பங்கு ஸ்ரீ நாய்க்கருக்கே சேரும்’ என்று ‘குண்டூசி’ ஆசிரியர் பி.ஆர்.எஸ்.கோபால் எழுதியிருக்கிறார். நாடக அனுபவமுள்ளவர்களே நடித்து வந்தக் காலத்தில் நடிப்பில் முன் அனுபவமற்ற தேசிகரை அவரது பாடும் திறமைக்கு முக்கியத்துவம் கொடுத்து தேடிச் சென்று வாய்ப்பளித்ததுடன், பின்னாட்களில் தண்டபாணி தேசிகர் மேலும் படங்கள் நடித்து புகழ்பெறச் செய்தவர் வடிவேலு நாயகர்.

1935-ல் சுந்தரமூர்த்தி ஓதுவார் நடித்த லோட்டஸ் பிக்சர்ஸ் நிறுவனத்தின் பட்டினத்தார் படமும், 1936-ல் தண்டபாணி தேசிகர் நடித்த வேல் பிக்சர்ஸ் நிறுவனத்தின் பட்டினத்தார் படமும், பிற்காலத்தில் 1962-ல் டி.எம்.சௌந்தர்ராஜன் நடித்த பட்டினத்தார் படம் என இதுவரை 3 பட்டினத்தார்களைத் தமிழ்த் திரையுலகம் கண்டிருக்கிறது. இவற்றுள் வேல் பிக்சர்ஸ் தயாரிப்பில் தேசிகர் நடித்த படமே பெரும் வெற்றி பெற்றுள்ளது.

கொத்தமங்கலம் சீனுவை அறிமுகப்படுத்தியவர்

கொத்தமங்கலம் சீனு

தேசிகரை தேடிச் சென்று அறிமுகப் படுத்தியதைப் போலவே இசைத்தட்டுகளில் பாடல்களைக் கேட்டு "கொத்தமங்கலம் சீனு" (வி.எஸ்.ஸ்ரீனிவாசன்) என்ற, பிற்காலத்தில் புகழ்பெற்ற நடிகராக விளங்கியவரை, வடிவேலு நாயகர், வி.எஸ்.குஞ்சிதபாதம் ஆகிய இருவரும் சாரங்கதரா படத்தில் அறிமுகம் செய்தனர். இந்தப்படம் லோட்டஸ் சாரங்கதாரா என்ற பெயரால் வேறுபடுத்தி அடையாளம் காணப்படுகிறது. வடிவேலு நாயகர் பங்காற்றிய படங்கள் பலவற்றிலும் கொத்தமங்கலம் சீனுவும் இடம்பெற்றிருக் கிறார். சட்டாம் பிள்ளை வெங்கட்ராமன் என்ற நடிகர் 'சதிமுரளி' படத்தில் நடித்தபோது நாயகருடன் பழகியதாகவும், பின்னர் ஹரிச்சந்திராவில் நடிக்க நாயகர் பரிந்துரைத்ததாகவும் குறிப்பிட்டிருக்கிறார்.

இசையமைப்பாளர் ஜி.ராமநாதன் காலவ மஹரிஷி, ராஜா ஹரிச்சந்திரா ஆகிய படங்களில் இசைக்குழுவில் இடம் பெற்றதாகச் சொல்லப்படுகிறது. எனில், ஜி.ராமநாதனை அறிமுகப்படுத்திய பெருமை வடிவேலு நாயகரையே சாரும்.

இசையமைப்பாளர் எம்.டி.பார்த்தசாரதி அறிமுகம்

எம்.டி.பார்த்தசாரதி

துவக்க காலத்தில் நடிகராக இருந்து, பிற்காலத்தில் புகழ்பெற்ற இசையமைப்பாள ராக திகழ்ந்த எம்.டி.பார்த்தசாரதியை சுகுண விலாஸ சபா மற்றும் திரையுலகுக்கு அறிமுகப்படுத்தியவர் வடிவேலு நாயகர். சக்குபாய் (1934) படத்தில் பார்த்தசாரதி நடிகராக அறிமுகம் நடந்தேறியுள்ளது.

என்.கிருஷ்ணமூர்த்தி அறிமுகம்

மதன காமராஜன் படத்தில் கதாநாய கன் வி.வி.சடகோபனு டன் நடித்தவர் என். கிருஷ்ணமூர்த்தி. உண்மையில் படத்தின் கதாநாயகன் இவர் என்றே சொல்லுமளவுக்கு அப்படத்தில் அவருடைய பங்கு இருக்கும். இந்த கிருஷ்ண மூர்த்தி சுகுண விலாஸ சபையின் நடிகர்.

என். கிருஷ்ணமூர்த்தி

அதன்மூலம், 1933-ல் பிரகலாதா படத்தில் மாஸ்டர் கிருஷ்ணமூர்த்தி, பிரகலாதனாக வடிவேலு நாயகரால் அறிமுகப்படுத்தப்பட்டார்.

தொடர்புகள்

ஏ.நாராயணன்

நன்றி- (புகைப்படம் - பாம்பின் கண் - தியோடர் பாஸ்கரன், கிழக்கு பதிப்பகம்)

(இந்தப் புகைப்படத்தை இங்கே பகிர்ந்ததற்கு ஒரு தேவையிருக்கிறது. 1939-ல் மறைந்துவிட்டவர் ஏ நாராயணன், என்ற வகையில் வடிவேலு நாயகரின் காலத்தை, வயதை ஓரளவு ஊகிக்க முடியும்).

1939-ல் தன்னுடைய 39 வயதிலேயே மறைந்துவிட்ட ஏ. நாராயணன் தமிழ் சினிமாவின் மகத்தான மனிதர்களுள் ஒருவர். தமிழ் பேசும் படங்கள் எல்லாம் மும்பை, கல்கத்தா,கோலாப்பூர், புனே ஆகிய வட மாநிலங்களில் படம் பிடிக்கப்பட்டுக் கொண்டிருக்கும்போது, தமிழ் நாட்டில் சென்னையில், சீனிவாசா சினிடோன் என்று மகன் பெயரில் ஒரு ஸ்டுடியோவை அமைத்தார் நாராயணன். தென்னிந்தியாவின் முதல் ஒலிப்பதிவு வசதி கொண்ட ஸ்டுடியோ என்பது இதன் சிறப்பு. பேசும் படத் தயாரிப்பு நிறுவனத்தின் பெயர் சவுண்ட் சிட்டி. இங்கு தயாரான ஸ்ரீனிவாசா கல்யாணம் படம் 1934ல் வெளியிடப்பட்டது. சென்னையில் முதன்முதலில் ப்ரிவ்யூ தியேட்டரை கட்டியவர். வெளி நாடுகளுக்குச் சென்று சினிமாவைக் கற்றவர். ஏற்கனவே, பேசாப் படங்கள் தயாரித்து இயக்கிய அனுபவம் உள்ள நாராயணன் பேசும் படங்களும் இயக்கினார். இளமையிலேயே துணிச்சலும், தன்னம்பிக்கையும் மிகுந்தவரான நாராயணன், தன்னுடனிருந்த திறமைசாலிகளை நன்கு வாய்ப்புகள் அளித்து ஊக்கப்படுத்தியவர். தனக்கு தெரியாத துறைகளில்

தலையிடாமல் தெரிந்தவர்களிடம் பொறுப்பினைக் கொடுத்து விட்டு ஊக்கப்படுத்துபவர்.

வடிவேலு நாயகரும் ஏ.நாராயணனும் நிறைய படங்களில் இணைந்து செயல்பட்டிருக்கின்றனர். சக்குபாய், மீராபாய், விராட பர்வம், விஸ்வாமித்ர, கிருஷ்ண துலாபாரம் போன்ற சவுண்ட் சிட்டி தயாரிப்பில் இருவரும் இணைந்து செயல்பட்டுள்ளனர். இதேபோல் ஏ.நாராயணன் தயாரிக்க, வடிவேலு நாயகர் விக்ரம ஸ்திரி சாகசம் படத்தை தனித்தே இயக்கியிருக்கிறார். ஒரு கட்டத்தில், சவுண்ட் சிட்டி தயாரிக்கும் படங்களுடன் 2 ரீல்களுக்கு மிகாமல் காமிக் படங்கள் எடுக்கப்பட்டு ஒவ்வொரு படத்துடன் இணைத்துக் காட்டுவதை வழக்கமாக்கியிருக்கிறார் நாராயணன். எனவே, விக்ரம ஸ்த்ரி சாகசத்துடன் நவீன ஸ்த்ரி சாகசம் என்னும் 2 ரீல் காமிக் படம் டி எஸ் கிருஷ்ணவேணி மற்றும் ஆயிரம் முகம் ராம்குமார் ஆகியோர் நடிப்பில் இணைத்துக் காட்டப்பட்டுள்ளது.

விராட பருவம் என்ற படத்தின் விளம்பரங்களில் நாராயணன் & வடிவேலு நாயகர் இருவருமே இயக்குவதாக வெளியாகியுள்ளது. ஆனால், பாட்டு புத்தகத்தில் நாராயணன் பெயர் மட்டுமே இடம் பெற்றுள்ளது. இதுபோன்ற நிகழ்வுகள் அந்தக் காலத்தில் வழமையானதுதான்.

வேல் பிக்சர்ஸ்

எம்.டி.ராஜன் (எ) எம்.தியாகராஜ முதலியார்

1934 ல் துவக்கப்பட்ட வேல் பிக்சர்ஸ் பரபரப்பாக, தரமாக படங்களை எடுத்துத் தள்ளியது. அந்த நிறுவனத்தின் உரிமையாளர் எம்.டி. ராஜனோடு துவக்க காலங்களில் வடிவேலு நாயகர் துணை நின்றிருக்கிறார். வேல் பிக்சர்ஸ் நிறுவனத்தின் 4 வது படம், பட்டினத்தார். இவர்கள் இருவருமாகவே சென்று தண்டபாணி தேசிகரை சந்தித்து அறிமுகப் படுத்தியுள்ளனர். கவிரத்ன காளிதாஸ் படமும் வேல் பிக்சர்ஸ் அரங்கில் எடுக்கப் பட்டதுதான்.

தீரர் சத்திய மூர்த்தி

தேசிய அளவில் புகழ் பெற்றிருந்த காங்கிரஸ் கட்சியின் மாபெரும் தலைவர் தீரர் எஸ்.சத்திய மூர்த்தி. கலை உலகோடு

நெருங்கிய தொடர்பு கொண்டிருந்தார். தென்னிந்திய ஃபிலிம் வர்த்தக சபை 1935-ல் தோற்றுவிக்கப்பட்டபோது அதன் தலைவராக தேர்ந்தெடுக்கப்பட்டவர். தேசிய அளவிலான திரைப்பட மாநாடு மும்பையில் நடந்தபோது அதில் கலந்து கொண்டு சிறப்பித்தவர். தேர்தலை முன்னிட்டு தேர்தலுக்காகவே என்று பிரசார சினிமா தயாரிப்பு, பங்கேற்பு போன்ற பல வகையில் கலை உலகோடு தொடர்பு கொண்டிருந்தவர்.

சபையின் உறுப்பினராகி, நடிக்கவும் செய்து, சபையின் கண்டக்டராகவும் இருந்தவர். 1927-ல் சத்தியமூர்த்தி தன்னுடைய சொந்த மாவட்டமான புதுக்கோட்டையிலும் மற்றும் மதுரையிலும் நாடகங்கள் நடத்த சம்பந்த முதலியாரைக் கோரியபோது, அவர் உடல் நலமின்மையை கருத்தில் கொண்டு தயங்கினார். அப்போது வடிவேலு நாயகர் முன்வந்து ரூ.1000 க்கு ஒப்பந்தம் செய்து, நாடகங்களை நடத்த வழி செய்தார்.

திருமலைப் பிள்ளை

நீதிக்கட்சியின் முதன்மையான தலைவர்களில் ஒருவரும், சென்னை மேயருமாய் இருந்ததிவான் பகதூர் வி.திருமலைப்பிள்ளை சுகுண விலாச சபையின் கண்டக்டராக (தலைவர், ஒருங்கிணைப்பாளர் போன்ற கௌரவ பதவி) இருந்தவர். இவருடைய பெயரில்தான் தற்போதும் தியாகராய நகரில் காமராஜர் நினைவில்லம் அமைந்துள்ள சாலை, திருமலை சாலை என்று அழைக்கப்படுகிறது. இதன் மூலம் வடிவேலு நாயகருக்கும், திருமலை பிள்ளை அவர்களுக்கும் இருந்த தொடர்பு புரிந்து கொள்ளக் கூடியதே.

பரணி பிக்சர்ஸ்

நடிகை பானுமதியும், அவருடைய கணவர் ராமகிருஷ்ணனும் இணைந்து அவர்களுடைய மகன் பெயரில் தொடங்கிய பட நிறுவனம் பரணி பிக்சர்ஸ். இந்த பரணி பிக்சர்ஸ் சார்பில், ராமகிருஷ்ணனும். டி.சி.வடிவேல் நாயகரும் இணைந்து இயக்கிய படம், புலந்திரன். ஏனோ, படம் பாதியிலேயே நின்றுவிட்டது.

இந்தப் படத்திற்கு திரைக்கதை, வசனம் ஆகியவற்றிலும் வடிவேலு நாயகர் பெயரே உள்ளது.

ஸ்ரீ ராஜ ராஜேஸ்வரி பிக்சர்ஸ்

நடிகை கண்ணாம்பா தன் கணவரும் இயக்குனருமான கே.பி. நாகபூஷணத்தோடு இணைந்து தோற்றுவித்த பட நிறுவனம் ஸ்ரீ ராஜ ராஜேஸ்வரி பிக்சர்ஸ். இந்த நிறுவனத்தின் முதல் தமிழ்ப் படமாக வெளிவந்தது ஹரிச்சந்திரா (1944). அடுத்த தமிழ்ப் படம் துளசி ஜலந்தர் (1947). இவையிரண்டுமே வடிவேலு நாயகர் பங்காற்றிய படங்கள்.

பக்ஷிராஜா ஃபில்ம்ஸ்

ஸ்ரீராமுலு நாயுடுவின் பக்ஷிராஜா ஃபில்ம்ஸின் துவக்கப் படங்களான ஆர்யமாலா, ஜகதலப்ரதாபன் ஆகிய படங்களில் வடிவேலு நாயகர் துணை நின்றிருக்கிறார். இரண்டாம் உலகப்போர்க் காலக்கட்டத்தில் சென்னையில் படத் தொழில்கள் நசிந்தன. இந்தக் காலக்கட்டத்தில் கோவை செண்ட்ரல் ஸ்டுடியோ, பக்ஷிராஜா ஃபிலிம்ஸ் போன்ற நிறுவனங்களில் கோவையிலிருந்து கொண்டு வடிவேலு நாயகர் பங்காற்றியிருக்கிறார் என்று கருத முடிகிறது.

T.C.வடிவேலு நாயகர் பங்காற்றிய படங்கள்

(வடிவேலு நாயகர் பங்காற்றிய அனைத்துப் படங்களிலும் திரைக்கதை வசனம் அவருடைய பங்களிப்பு என்பது பொதுவானது. பட்டியல் முழுமையானதல்ல)

1. ஹரிச்சந்திரா -- 1932 - இயக்கம் - (டெக்னிகல் டைரக்டர் - சர்வோத்தம் பாதமி).
2. காலவ ரிஷி - 1932- இயக்கம் - டெக்னிகல் டைரக்டர் - சர்வோத்தம் பாதமி).
3. பிரஹலாதன் - - 1933 - எழுத்து, இயக்கம் (டெக்னிகல் டைரக்டர் - காளிப்ரசாத் கோஷ்)
4. சக்குபாய் -- 1934 - - வசனம், பாடல்கள்
5. திரௌபதி வஸ்திராபஹரணம் -- 1934 - வசனம்
6. சாரங்கதரா -- 1935 - திரைக்கதை, வசனம் (Playwright)
7. பட்டினத்தார் -- 1936 - திரைக்கதை, வசனம், இயக்கம்
8. மீராபாய் --1936 - திரைக்கதை, வசனம், இயக்கம் (இயக்கம் A. நாராயணனுடன் இணைந்து)
9. விஸ்வாமித்ர -- 1936 --கதை

10. விராட பருவம் - 1937 - இயக்கம் (A.நாராயணனுடன் இணைந்து)
11. கவிரத்ன காளிதாஸ் -- 1937 - இயக்கம்
12. ஸ்ரீ கிருஷ்ண துலாபாரம் -- 1937 - வசனம்
13. விக்ரம ஸ்திரீ சாகசம் - நவீன ஸ்திரீ சாகசம் - 1937 - இயக்கம்
14. பிரகலாதா -- 1939 -- திரைக்கதை, கலை.
15. ரம்பையின் காதல்-- 1939 - வசனம் (இயக்கம் B.N.ராவ் அவர்களுடன் இணைந்து)
16. சதி முரளி -- 1940 - கதை, வசனம், இணை இயக்கம்
17. சாவித்ரி - 1941 வசனம்
18. ஆர்யமாலா - 1941 - வசனம்
19. ஹரிச்சந்திரா - 1943 - வசனம்
20. ஜகதலப்ரதாபன் -- 1944 - வசனம்
21. புலந்திரன் -- 1946 கதை,திரைக்கதை, வசனம். (இயக்கம் - ராமகிருஷ்ணனுடன் இணைந்து. வெளிவரவில்லை. பாதியில் நின்றுவிட்டது.)
22. துளசி ஜலந்தர் - 1947 -- கதை, வசனம்
23. ரத்னாவளி -- 1935 -- திரைக்கதை, வசனம் (உறுதியாகத் தெரியவில்லை.)

புத்துயிர் பெறும் ஹரிச்சந்திரா (1932), காலவ மகரிஷி (1932)

(சான்றாவணக் கட்டுரை)

ராஜா ஹரிச்சந்திரா

1931-ல் வெளியான முதல் தென்னிந்தியத் திரைப்படமான 'காளிதாஸ்' பன்மொழி பேசிய படம். தமிழுக்கும், தெலுங்குக்கும் இதுவே முதல் பேசும் படம். தமிழில் வந்த இரண்டாவது படம் என்றாலும், முதன்முதலில், 100% தமிழிலேயே பேசிய ராஜா ஹரிச்சந்திரா, காலவ மகரிஷி ஆகிய படங்களைப் பற்றிய அரிய சான்றுகளின் மூலம், புதிய தகவல்களையும், ஆய்வின் அடிப்படையிலான முடிவுகளையும் எடுத்துரைப்பதே இக்கட்டுரை. ராஜா ஹரிச்சந்திராதான் முதன் முதல் 'வண்ணப்படம்' என்பதும் இதுவரை வெளிவராத ஒரு புதிய தகவல்.

ச.முத்துவேல் | 33

சினிமா சார்ந்த பத்திரிக்கைகள் இல்லாத ஒரு காலமாகவும், ஏற்கனவே இருந்து வந்த அச்சு ஊடகங்கள் சினிமாவுக்கு முக்கியத்துவம் தராததாலும் ஆவணங்கள் கிடைப்பது மிகவும் அறைகூவலாக உள்ளது. சர்வோத்தம் பாதாமியுடனான தியோடர் பாஸ்கரன் அவர்களின் பேட்டி ஒன்றே அரிதான மற்றும் பயனுள்ள சான்று. இதுவரை பதிவாகியுள்ள ஆவணங்களில் இவ் விரண்டு படங்களைப் பற்றிய தகவல்கள் மிகவும் குறைவே அல்லது இல்லையென்றே சொல்லலாம். பாட்டு புத்தகங்கள் தேடித்தேடி தொகை நூலாக்கப்பட்டிருப்பினும், கிடைக்காத சில படங்களின் பட்டியலில் இவ் விரண்டு படங்களும் அடங்கும். இந்த நிலையில் மலேயா நாட்டின் செய்தித் தாள்களில் கிடைத்துள்ள விவரங்கள் மூலம் இப் படங்களின் மீது புதிய வெளிச்சம் பாய்ச்சப்படுகின்றன.

இயக்குநர்கள் யார்?

- ஹரிச்சந்திரா, காலவ மஹரிஷி ஆகிய படங்களின் இயக்குனர்/கள் யார் / எவர்? என்பது பற்றி முதலில்.
- இயக்குனர்களாக இதுவரை நிலவிவரும் புள்ளி விவரங்கள்:
- ஹரிச்சந்திரா - சர்வோத்தம் பாதாமி, டி.சி.வடிவேலு நாயகர் - ராஜா சந்திரசேகர்
- காலவ மகரிஷி - சர்வோத்தம் பாதாமி, டி.சி.வடிவேலு நாயகர், - பி.பி.ரங்காச்சாரி
- இவற்றில் உள்ள உண்மைகளையும், பின்புலத்தையும், இவர்களின் பங்களிப்பு குறித்தும் அண்மையில் கிடைத்த சான்றுகள் வரையிலான விரிவான ஒரு ஆய்வுரை.

1

திரைப்பட தொழில் நுட்பம் வெளி நாடுகளிலிருந்து இறக்குமதியான ஒன்று என்பதால் வெளி நாட்டவர்களே பயிற்சி பெற்றவர்களாகவும், படமெடுப்பவர்களாகவும் இருந்தனர். வெளி நாடு சென்று பயிற்சி பெற்ற இந்தியர்களும், பின்னர் இந்தியாவிலேயே பயின்றவர்களும் பேசாப்படங்கள் எடுத்துக் கொண்டிருந்தனர். தமிழகத்தில் முதன்மையானவர்கள் நடராஜ முதலியார், ஆர்.பிரகாசா, ஏ.நாராயணன், ராஜா சாண்டோ, கே.சுப்ரமண்யம் போன்றோர்.

ஏற்கனவே பேசாப்படங்கள் எடுக்கப்பட்டு திரையிடப்பட்டுக் கொண்டிருந்த நிலையில் 1931ல் முதன்முதலில் வெளியான ஹிந்தி

பேசும்படம் ஆலம் ஆரா, பம்பாயில் தயாரானது. அதாவது, ஊமைப்படத்துடன் ஒலியும் சேர்ந்தது. இந்திய மொழிகளில் பேசும் படம் சற்று தாமதாகவே வந்தது.

1934 வரையிலுமே தமிழ் பேசும் படங்கள் எடுக்க கல்கத்தா, பம்பாய், கோலாப்பூர் மற்றும் பூனா ஆகிய இடங்களுக்குச் சென்றுகொண்டிருந்தனர். 1934-ல் ஏ.நாராயணன் தான் முதன்முதலில் ஒலிப்பதிவுடன் கூடிய வசதி கொண்ட படப்பிடிப்பு அரங்கு ஒன்றை சென்னையிலேயே நிறுவினார்.

காளிதாஸ் வெளியான சில மாதங்களிலேயே வெளியான ஹரிச்சந்திரா, காலவ மஹரிஷி ஆகிய பேசும் படங்களும் மும்பையிலேயே தயாரிக்கப்பட்டது. சௌபாத்தி கடற்கரை அருகே அமைந்திருந்த சாகர் மூவிடோன் என்ற ஸ்டுடியோவில் படம் பிடிக்கப்பட்டது.

ராஜா ஹரிச்சந்திரா தான் முதல் 100 % தமிழ் பேசிய படம். காலவ மஹரிஷி படம் 2 ஆவதாக எடுக்கப்பட்டது. இரண்டும் ஒரே ஸ்டுடியோவில் ஒன்றன் பின் ஒன்றாக எடுக்கப்பட்டன. படக்குழுவினரும் ஒரே குழுவாகத் தமிழ் நாட்டிலிருந்து சென்றிருந்தனர். இவர்கள் டி.சி.வடிவேலு நாயகர், வக்கீல் தொழில் செய்த சுந்தரராஜன் (தயாரிப்பாளராக இருக்கலாம்) தலைமையில் சென்றிருந்தனர். டி.சி.வடிவேலு நாயகர் சுகுண விலாஸ சபையின் முக்கிய உறுப்பினர், நடிகர், நாடக இயக்குனர், எழுத்தாளர்.

கம்பெனி நாடக நடிகர்களும், அமெச்சூர் நடிகர்களும் இந்தக் குழுவில் அடங்குவர். வர்க்கலையைச் சேர்ந்த வி எஸ் சுந்தரேச ஐயர் மற்றும் திண்டுக்கல்லைச் சேர்ந்த டி.ஆர்.முத்துலக்ஷ்மி என்பவர்கள்தான் இவ்விரண்டு படங்களிலும் முறையே நாயகன், நாயகியாக நடித்தனர்.

சாகர் மூவிடோன் ஸ்டுடியோவில் முதலில் ஹரிச்சந்திரா படத்தை எடுத்துக் கொண்டிருந்த ஜெர்மனைச் சேர்ந்த இயக்குனர், மற்றும் தமிழ் படத்தயாரிப்பாளர் இருவருக்கிடையில் எழுந்த ஏதோ சிக்கல்களால் பாதிவரை முடிந்திருந்த படம் ஜெர்மன் இயக்குனரால் தொடர முடியாமல் போனது. அப்போது அங்கே ஸ்டுடியோவில் இருந்த ஒரே தென்னிந்தியர் (அதாவது சென்னை மாகாணம், மைசூர் சமஸ்தானம் போன்ற பகுதியினரை, மொத்தமாக மதராஸி என்றே வட மாநிலத்தவர்களால் குறிப்பிடப்பட்டனர்) என்ற அடிப்படையில் சர்வோத்தம் பாதாமிக்கு படத்தை முடித்துக் கொடுக்கும் பொறுப்பு சென்றிருக்கிறது.

1910-ல் பிறந்த பாதாமிக்கு அப்போது அவருடைய வயது

ச.முத்துவேல் | 35

தோராயமாக 20. பெங்களுருவில் அம்பாலால் படேல் அவர்களின் சைக்கிள் & மோட்டார் கம்பெனியில் பணி செய்து கொண்டிருந்த பாதாமி, மோட்டார் தொழில் கற்பதற்காக அம்பாலால் படேலால் மும்பைக்கு அழைத்து வரப்பட்டவர். அங்கே, அர்தேஷிர் இரானி, சிமன்லால் தேசாய் ஆகியோரிடம் அறிமுகம் ஏற்பட்டு சாகர் மூவிடோனில் ஒலிப்பதிவு போன்றவற்றில் பணி செய்கிறார். பாதாமி அவரே சொன்னதன்படி, படத்தை இயக்குவதில் முன் அனுபவம் இல்லாதவர். மேலும் சோதனை முறையாக முயற்சித்து (Trial and error) படத்தையும் முடித்துக் கொடுத்தார்.

அதாவது, பாதியில் நின்றுபோன படத்தை தொடர்ந்ததும், மற்ற அனைத்து அம்சங்களுடனும் முன்னேறியிருந்த பேசாப்படத்துடன் ஒலியை இணைத்ததும், இயக்கியதும் பாதாமியின் பிரதான பங்கு என்று புலனாகிறது. மேலும், ஒரே இடத்தில் நிறுத்தப்பட்ட கேமரா மூலம் நாடகத்தை அப்படியே பதிவு செய்வதுதான் அன்றைய சினிமாவின் நிலை. பாதாமி அவர்களே கூறியுள்ளபடி, ஏற்கனவே சமைத்த ஆயத்த உணவை சூடுபடுத்தி தந்துள்ளார்.

மற்ற அனைத்து பங்களிப்புகளையும் செய்தவர் டி.சி.வடிவேலு நாயகர். அதாவது, கலையும் தொழில் நுட்பம் சேரும்போதுதான் சினிமா உருவாகிறது. கலைத்துறை சார்ந்த பங்களிப்புகளை செய்பவருக்கு நாடக இயக்குனர் (PLAY DIRECTOR) என்ற பெயரும், தொழில் நுட்பம் சார்ந்த பங்களிப்புகளைச் செய்பவருக்கு டெக்னிக்கல் டைரக்டர் என்றும் பெயரிட்டு, அடையாளப்படுத்தும் வழக்கம் இவ்விரண்டு படங்களுக்கும் பின்னரே தமிழில் வந்ததை காணமுடிகிறது. அந்த வகையில் டி.சி.வடிவேலு நாயகர் ப்ளே டைரக்டர். பாதாமி, டெக்னிக்கல் டைரக்டர். கலைத்துறை சார்ந்த பங்களிப்புகளை செய்பவருக்கே இயக்குனர் என்று சொல்லப் பட்டதற்கும் எடுத்துக்காட்டுகள் உண்டு.

வடிவேலு நாயகர் இயக்கிய அடுத்த படமான பிரஹலாதா (1933-ல்) டெக்னிகல் டைரக்டர் என்று தனியாகக் குறிப்பிட்டு, 'காளிப்ரசாத் கோஷ்' என்பவரது பெயர் இடம் பெறுகிறது. அதுபோலவே, சர்வோத்தம் பாதாமி அவர்களின் பங்கு.

மேலும் சில எடுத்துக்காட்டுகள்.

சதி சுலோசனா - இந்தப் படத்தை இயக்கியது பற்றி பம்மல் சம்பந்த முதலியார் தனது பேசும் பட அனுபவங்களில் எழுதியிருக்கிறார். அதன்படி, ஜெர்மனியரான புல்லி என்பவர் டெக்னிக்கல் டைரக்டராகப் பங்காற்றினார் என்று சம்பந்த முதலியாரே தெளிவாகக் குறிப்பிட்டிருக்கிறார். ஆனால், சதி சுலோசனாவின்

இயக்குனர் என்று பாட்டு புத்தகத்திலும், மற்ற இடங்களிலும் சம்பந்த முதலியார் பெயர் மட்டுமே குறிப்பிடப்பட்டுள்ளது.

சதி லீலாவதி - தமிழ் நடை, உடை டைரக்ஷன் ஸி.கே.சாச்சி. ஆனால், இயக்குனரின் பெயராக எல்லீஸ் ஆர்.டங்கன் பெயர் மட்டுமே இன்றும் சொல்லப்படுகிறது. அதேபோல், 'ஞான சௌந்தரி' (1935) ஏ. நாராயணன் மேற்பார்வையில் ராஜா சந்திரசேகர் டைரக்ட் செய்தது. டைரக்டர்கள் பெயரே இடம் பெறாத பாட்டு புத்தகங்கள் போன்ற அந்தக் கால ஆவணங்கள் காண முடிகிறது.

Directed By S. R. BADAMI Under the personal supervision of T. C. VADIVELU NAICKER, MEMBER OF THE SUGUNA VILASA SABHA, MADRAS

என்பதே கிடைத்த சான்றில் காணப்படுகிறது. (பிற்காலத்தில் சர்வோத்தம் பாதாமி என்றும் சில இடங்களில் S.L.BADAMI என்றும் குறிப்பிடப்பட்டிருக்கிறார்)

ஹரிச்சந்திரா படத்தின் இயக்குனர்களில் ராஜா சந்திரசேகர் பெயரும் இதுவரை ஐயத்துடனே சொல்லப்பட்டு வருகிறது. ஆனால், அண்மையில் கிடைத்த சான்றில் ஹரிச்சந்திரா படத்தில் ராஜா சந்திர சேகர் பெயர் தென்படவில்லை. எனவே, ராஜா ஹரிச்சந்திரா மற்றும் காலவ மஹரிஷி ஆகிய படங்களின் இயக்குநர்களாக டி.சி.வடிவேலு நாயகரும், சர்வோத்தம் பாதாமியும் என்பது உறுதியாகிறது. இவர்கள் முறையே நாடக இயக்குனர், தொழில் நுட்ப இயக்குனர் என்பதை ஏற்றுக் கொளவதில் எவருக்கும் மறுப்பு இருக்க முடியாது.

மலேயா இதழ்களில் காலவ மஹரிஷி விளம்பரத்தில் இயக்குனர் பெயர் இடம் பெறவில்லை. பம்மல் சம்பந்த முதலியாரின் நாடகத்தைத் தழுவி எடுக்கப்பட்டது என்ற குறிப்பு மட்டுமே உள்ளது. 1935ல் வெளியான ரத்னாவளி படத்திற்கு குறிப்பிட்டுச் சொல்லும்படியான வகையில் ஆவணங்கள் கிடைக்கின்றன. அந்த ஆவணங்களிலும் இவ்வாறே பம்மல் சம்பந்த முதலியார் நாடகத்திலிருந்து எடுத்துப் படமாக்கப்பட்டது என்றே காண முடிகிறது. இந்தப் படத்தை இயக்கியவர்கள் ஏ.நாராயணன் - டி.சி.வடிவேல் நாயகர் என்ற உறுதிப்படுத்தப்படாத ஒரு தகவல் உள்ளது.

(பொதுவாகவே, வடிவேலு நாயகர் பங்களிப்பு செய்த படங்கள் பலவற்றின் ஆவணங்களில் அவர் பெயர் மட்டும் இடம் பெறவில்லை. எடுத்துக்காட்டாக, பட்டினத்தார் பாட்டு

புத்தகத்தில், விளம்பரத்தில் இயக்குனர் பெயர் இடம் பெறவேயில்லை. மேலும் எடுத்துக்காட்டுகள் உண்டு. புகழை விரும்பாதவராக இருந்து அவற்றை அவர் தவிர்த்திருக்கலாம்)

முழு நீளப் பெயர்கள்

அரிச்சந்திரா, சம்பூரண அரிச்சந்திரா என்றெல்லாம் சொல்லப்பட்டு வருகிற 1932ல் எடுக்கப்பட்ட முதல் பேசும் பட ஹரிச்சந்திராவின் முழு நீளப் பெயர் ராஜா ஹரிஸ்சந்திரா (RAJAH HARISHCHANDRA) என்பதாகும். இதற்கு முன்பே மௌனப் படமாகவும், இதற்குப் பின்னர் பேசும் படமாகவும் அரிச்சந்திரா என்ற பெயரில் தமிழ் மற்றும் வேறு மொழிகளில் நிறையவே வந்துள்ளன. அந்தக் காலத்தில் தமிழில் சமஸ்கிருதத்தின் தாக்கம் மிகுந்திருந்ததால் தமிழ் நாடகங்கள் மற்றும் திரைப்படங்கள் ஆகியவற்றின் பெயர்கள் நல்ல தமிழில் காணப்பட்டது அரிதாகவே இருக்கிறது.

இதுவரை 'காலவ' என்றும்'காலவரிஷி' என்றுமே அறியப்பட்டு வந்த படத்தின் முழு நீளத் தலைப்பு 'காலவமஹரிஷி' அல்லது 'சித்ரசேனன் உபாக்யானம்'. (Galava Maharishi or Chitrasena Upakhyana) சுருக்கமாக காலவ, காலவரிஷி எனப்பட்டிருக்கிறது. சித்ரசேனன் உபாக்யானம் என்பது தெலுங்குப் பதிப்பின் பெயர் என்று சம்பந்த முதலியார் எழுதியிருக்கிறார். பேசும்படக் காலத்திற்கு முன்பிருந்தே எழுதப்பட்ட நாவல்கள் இரண்டு தலைப்புகளைக் கொண்டவையாகவே இருந்தன. அதன் தொடர்ச்சியாகவே சினிமாக்களுக்கும் இரண்டு தலைப்புகள் 30,40களிலும் தொடர்ந்தது.

முதலில் வந்த படம் எது?

ஹரிச்சந்திரா, காலவ மஹரிஷி ஆகிய 2 படங்களில் முதலில் வெளியானது என்பது பற்றி இரு வேறு கருத்துக்கள் நிலவுகின்றன.

P.B.ரங்காச்சாரி தனது மணிவிழாவில் (1966) ஒரு செய்தியைக் கூறியுள்ளார்.

"முதல் தமிழ் டைரக்டரான வடிவேலு நாயக்கர், பம்பாய் சௌபாத்தி, சாகர் ஃபில்ம் கம்பெனியின் 'காலவரிஷி, ஹரிச்சந்திரா' ஆகிய படங்களில் என்னை நடிக்க வைத்தார். முதலில் தமிழ் வசனத்துடன் வெளிவந்த பேசும்படம் யான் நடித்த'காலவரிஷி' என்பதைப் பெருமையோடு சொல்லிக்கொள்ள இன் நாளில் ஆசைப்படுகிறேன்' (ஆதாரம்-ஆரம்ப கால தமிழ் சினிமா-1- அறந்தை நாராயணன், விஜயா பப்ளிகேஷன்ஸ்)

காலவ மஹரிஷியின் இயக்குனர்களின் பெயர்களில் ரங்காச்சாரி பெயரும் சொல்லப்பட்டு வருவதற்கு முற்றுப்புள்ளி வைக்கும் தீர்வாகவும் மேற்கண்ட அவருடைய கூற்றே அமைந்திருக்கிறது. P.B.ரங்காச்சாரி ஒரு அமெச்சூர் நாடக நடிகராகவும், பயிற்சி பெற்ற பாகவதராகவும் இருந்தவர். பின்னர் திரைப்படங்களிலும் நீண்ட காலம் நடித்தவர். அவர் எந்தப் படத்தையும் இயக்கவில்லை. பாதாமியும், வடிவேலு நாயகரும் இவ்விரு படங்களுக்குப் பின்பும் தனித்தே படங்களை இயக்கியவர்கள்.

ஆனால், சர்வோத்தம் பாதாமி அவர்கள் தியோடர் பாஸ்கரனுக்கு அளித்த பேட்டியில் ஹரிச்சந்திராவே முதலில் வெளிவந்த படம் என்கிறார். கிடைத்துள்ள சான்றுகளின் அடிப்படையிலும் ஹரிச்சந்திராதான் முதலில் வெளியானது என்பது உறுதியானது. சென்னையில் சினிமா செண்ட்ரல் திரையரங்கில் (தோராயமாக ஏப்ரல் இறுதியிலும், மே மாதத்தின் முதலிரு வாரங்களுமாக) 4 வாரங்கள் ஓடியிருக்கிறது. அதன் பின்னர் நேரடியாக மலேயா நாட்டில் (தற்போதைய மலேசியா, சிங்கப்பூர் போன்ற பகுதிகளை உள்ளடக்கியது) காட்சிப்படுத்தப்பட்டுள்ளது. அதாவது, மலேயாவில் மே மாதம் முதல் திரையிடப்பட்ட ஹரிச்சந்திரா அடுத்தடுத்து, வெவ்வேறு பகுதிகளில் மாற்றலாகி திரையிடப்பட்டிருக்கிறது. இவ்விரண்டு படங்களுக்குமே 4 பிரதிகள் மட்டுமே எடுக்கப்பட்டன என்கிறார் பாதாமி. இவ்வாறிருக்கையில், சில மாதங்கள் சென்ற பிறகே காலவ மஹரிஷி மலேயாவில் முதன்முதலில் திரையிடப் பட்டிருக்கிறது.

மேலும் காலவ மஹரிஷி பட விளம்பரத்திலேயே 'ஹரிச்சந்திராவை விட சிறப்பாக உருவாக்கப்பட்ட படம்' என்று குறிப்பிடப்பட்டிருக்கிறது. எனவே, ராஜா ஹரிச்சந்திரா முதலிலும் பின்னர் காலவ மஹரிஷியும் வெளியானது என்பது புலனாகிறது. ஒருவேளை, இந்தியாவிற்குள் காலவ மஹரிஷி முதலில் வெளியாகியிருக்கலாம் அல்லவா? என்றொரு கேள்வி எழலாம். வாய்ப்புகள் மிகவும் குறைவு என்பதே தற்போதைய நிலையிலான விடை.

தணிக்கைச் சான்றிதழ்களும் இதையே உறுதிப்படுத்துகின்றன. இரண்டுமே பம்பாயில் உருவாக்கப்பட்டு தணிக்கைச் சான்றிதழ் பெற்றவை. ஹரிச்சந்திராவின் சான்றிதழ் எண் 11213. காலவ மஹரிஷியின் சான்றிதழ் எண் 11356.

முதல் வண்ணப்படம்

Techni-colour sequences – For the first time in a tamil talkie என்ற அறிவிப்போடு ஹரிச்சந்திரா படம் விளம்பரப்படுத்தப்பட்டிருக்கிறது.

1970 கள் வரையிலே கூட கருப்பு வெள்ளை படங்கள் எடுக்கப்பட்டு வந்த நிலையில் 1932ல் அதிலும், முதல் முழுமையான தமிழ் பேசும் படத்தில் வண்ணமா? என்று பலருக்கும் ஆச்சரியம் எழலாம்.

கேவா கலர், ஈஸ்ட்மென் கலர் என்றெல்லாம் பலரும் கேள்விப் பட்டிருக்கலாம். இவையெல்லாம் வண்ணப்படங்களுக்கான தொழில் நுட்ப வகைகளின் பெயர்கள். இவைபோல் ஏராளமானவை உள்ளன. அவற்றில் ஒன்றே டெக்னிகலர். இவைகளும் காலவளர்ச்சிக்கு ஏற்றார்போல் பரிணாம வளர்ச்சி அடைந்துள்ளன என்பதையும் கணக்கில் எடுத்துக் கொள்ள வேண்டும்.

திரைப்படங்களில் வண்ணப்படங்கள் 1932க்கு முன்பிருந்தே, மௌனப்படங்களிலேயே சாத்தியமான ஒன்றாகத்தான் இருந்திருக்கிறது. இப்போதிருக்கும் வண்ணப்படங்களைப்போல் கற்பனை செய்துகொள்ளக் கூடாது. வண்ணப்படங்களுக்கு அடிப்படையாக 3 நிறங்கள் தேவைப்படுகிறது. சிவப்பு, பச்சை, நீலம் ஆகியவையே அவை. 1932 வரை சிவப்பு, பச்சை ஆகிய 2 நிறங்கள் மட்டுமே அறியப்பட்டிருந்தது. ராஜா ஹரிச்சந்திரா எடுக்கப்பட்ட 1932 வரை இருந்த டெக்னிகலர் என்ற தொழில் நுட்பம் 2 வண்ணங்கள் மட்டுமே கொண்டது. காலவ மஹரிஷி படத்தில் வண்ணம் சேர்க்கப்பட்டதாக எந்த ஆவணமும் இதுவரை கிடைக்கவில்லை.

மேலும் முழு நீளப்படமும் வண்ணப்படமாக எடுக்கப்படாமல் சிற்சில காட்சிகள் மட்டும் தமிழில் வண்ணத்தில் எடுக்கப்பட்டு வந்தன. இதன் பின்னர் மேலும் சில படங்களில் வண்ணக் காட்சிகள் நடனம் போன்ற ஓரிரு இடங்களில் மட்டும் பயன்படுத்தப் பட்டிருக்கிறது. ஏ.வி.எம். தயாரிப்பில் 1935ல் வெளியான ரத்னாவளி உள்ளிட்ட படங்களில் சில காட்சிகள் வண்ணம் சேர்க்கப்பட்டவையாக இருந்ததாக சான்றுகள் கிடைக்கின்றன.

விமர்சனங்கள்

பேசும் பட அனுபவங்கள் என்ற நூலில் பம்மல் சம்பந்த முதலியார் இவ்வாறு கூறுகிறார்.

எனது நாடகங்களில் முதன் முதலில் பேசும்படமாக எடுக்கப் பட்டது “காலவரிஷி”யாம். இதைப் பேசும் படமாக எடுக்கவேண்டி சில வருடங்களுக்கு முன் என்னுடைய நண்பர் டி.சி.வடிவேலு நாயகர் என்னுடைய உத்தரவைப் பெற்று பம்பாய்க்குப் போய் எடுத்தார். இதை நான் சென்னையில் பார்த்தபொழுது சுபத்திரைப் பாத்திரம் நன்றாக நடித்ததுதான் என் மனதிற்கு திருப்தியைத் தந்தது” என்கிறார். பட வெளியீட்டு விழாவின்போது பம்மல் சம்பந்த

முதலியார் அன் நிகழ்வில் கலந்து கொண்டு சிறப்பித்திருக்கிறார்.

ஹரிச்சந்திரா - பேசும்போதும், பாடும்போதும் சுந்தரேச ஐயர் குரல் மிகவும் இனிமையாக இருந்தது. முத்துலக்ஷ்மி குரலில் பாடல்கள் இனிமையாக இருந்தன. அவர் உச்ச ஸ்தாயியில் பாடும்போதும், மற்றும் படத்தில் ஆங்காங்கே சில இடங்களில் மட்டும் ஒலிப்பதிவில் குறை இருந்தது. பெண் குரலில் காளிதாஸ் படத்திலும் இதே குறையை கல்கி சுட்டிக்காட்டியிருக்கிறார்.

ஒளிப்பதிவு சிறப்பாக இருந்தது. இந்தக் குறைகள் களையப் பட்டு எடுக்கப்பட்டதுதான் காலவ மஹரிஷி என்று அதன் விளம்பரங்களிலேயே காணப்படுகிறது. காலவ மஹரிஷி, ஹரிச்சந்திரா ஆகிய இரு படங்களுக்கும் கொட்டகைகள் நிரம்பி வழிந்தனவாம். மக்கள் பேசும் படத்தை அதிசயமாக வியந்து பார்த்தனர். இவ்விரண்டு படங்களில் இடம்பெற்ற நடிகர்கள் சிலர் வடிவேலு நாயகரின் அடுத்த படமான ப்ரஹலாதனிலும் காணமுடிகிறது.

காணவில்லை

ஹரிச்சந்திரா, காலவ மஹரிஷி படங்களின் திரையிடலின்போது, முறையே 2 படங்களுக்கும் அரங்குகளில் 12 பக்கமுள்ள கதைச் சுருக்கம், படக்காட்சிகள், கலைஞர்கள் பட்டியல், போன்றவற்றுடன் பாடல்கள் அடங்கிய பாட்டு புத்தகம் வழங்கப்பட்டதை அறிந்து கொள்ள முடிந்தது.

காலவ மஹரிஷி, ராஜா ஹரிச்சந்திரா ஆகிய படங்களின் பாட்டு புத்தகங்கள், ஆவணங்கள் இதுவரை யாருக்கும் கிடைத்ததாகப் பதிவாகவில்லை.

ச.முத்துவேல்

ராஜா ஹரிச்சந்திரா (1932)

பொதுவாக, மௌனப்பட காலத்திலிருந்தே அரிச்சந்திரா தமிழ் உள்ளிட்ட இந்திய மொழிகளில் வெளியானதால் அவற்றிலிருந்து ஏதாவதொரு புகைப்படம் 1932ல் வெளியான இந்த தமிழ் பேசும் படத்திற்கு பயன்படுத்தப்பட்டது. ஆனால், மேற்காணும் படக்காட்சியில் D.R.முத்துலக்ஷ்மியின் முகம் நன்றாகவே அடையாளம் காணமுடிகிறது. எனவே, 1932ல் வெளிவந்த ராஜா ஹரிச்சந்திராவில் இடம் பெற்ற காட்சிதான் உறுதியாகிறது. மேலும், மலேயா இதழ்களில் இடம் பெற்றுள்ள சில காட்சிகளையும் ஒப்பிட்டு உறுதிப்படுத்தப்பட்டது. அதை வைத்து சுந்தரேச அய்யரையும், மாஸ்டர் அழகு நாதனையும் அடையாளம்

காணமுடிகிறது. (வி எஸ் சுந்தரேச அய்யரின் இந்தப் புகைப்படம் பெரும்பாலான இடங்களில் ராஜா சாண்டோ என்று தவறாகக் குறிப்பிடப்படுகிறது.) நடராஜ முதலியார் தயாரித்த கீசகவதம் 1918-ல் வெளிவந்த தமிழின் முதல் மௌனப்படம். இதில் எம். வி.ராஜு முதலியார் நடித்தார். தமிழின் முழுமுதல் பேசும்படமான ராஜ ஹரிச்சந்திராவிலும் ராஜு முதலியார் நடித்தார். எஸ்.எஸ். ஜானகி இப் படத்தில் இடம்பெற்றுள்ள நடிகர்கள் பட்டியலில் காணப்படுகிறார். இவர் அந்தக் காலத்தில நடனத்தில் புகழ்பெற்று விளங்கியவர். காலவ மஹரிஷி படத்தில் ஊர்வசியாக நடித்தவர் எஸ்.எஸ்.ஜானகி என அறிய முடிகிறது. ராஜா ஹரிச்சந்திராவில் இடம்பெற்ற நடிகர்கள் பெரும்பாலும் ப்ரஹலாதா படத்திலும் இடம்பெற்றுள்ளது குறிப்பிடத்தக்கது.

தென்னிந்திய மேடைகளின் தலைசிறந்த நடிகர் V.S.சுந்தரேச ஐயர்- ஹரிச்சந்திரன், COLUMBIA RECORDS புகழ் D.R.முத்துலக்ஷ்மி - சந்திரமதி, மாஸ்டர் அழகுநாதன்- லோகிதாசன். மற்றும், பரசுராம பிள்ளை, P.B.ரங்காச்சாரி, M.V.ராஜு முதலியார், Miss S. S. ஜானகி, Miss. ரத்னாம்பாள், பெரியஸ்வாமி, சுப்பராயலு, சின்னஸ்வாமி நடித்தனர். ஒளிப்பதிவு - ஃபெர்டூர் இரானி, டெக்னிகல் டைரக்டர்- சர்வோத்தம் பாதாமி, நாடக இயக்குனர் - டி.சி.வடிவேலு நாயகர்.

38 பாடல்கள் கொண்டிருந்தது. 11812 அடி நீளம். பம்பாய் தணிக்கைச் சான்றிதழ் எண் 11213. 25 பாடல்களை டி.ஆர்.முத்துலக்ஷ்மியும் 8 பாடல்களை சுந்தரேச அய்யரும் பாடியுள்ளனர்.

காலவ மகரிஷி அல்லது சித்ரசேனா உபாக்யானம் (1932)

மிகச் சிறிய அளவிலான கதைச் சுருக்கம்

சித்திரசேனன் என்னும் கந்தர்வன் ஊர்வசியுடன் பறக்கும் கம்பளத்தில் பறந்து செல்கிறான். அப்போது தன் வாயிலிருந்த தாம்பூலத்தை உமிழ்கிறான். அது, கீழே மண்டு, கமண்டு என்னும் தன் சீடர்களுடன் தியானத்திலிருக்கும் காலவரிஷியின் மீது விழுகிறது. ஞான திருஷ்டியின் மூலம் நடந்ததையறிந்த காலவரிஷி, சாபமிடுகிறார். அதனால், கிருஷ்ணார்ஜூனா சண்டை மூள்கிறது...

(எனது நாடக வாழ்க்கை - டி.கே.சண்முகம்)

சுகுணவிலாஸ சபையில் உறுப்பினராக இணைந்து, நாடகத் தந்தை பம்மல் சம்பந்த முதலியார் குழுவில் நாடகங்களில் பங்கேற்று நடிப்பு, எழுத்து உள்ளிட்ட பல பணிகளில் சிறப்பாக விளங்கியிருக்கிறார் நாயகர். 'காலவா நாடகம் வடிவேலு தினம்' என்று சொல்லுமளவுக்கு அவருக்கு சிறப்பு சேர்க்கும் வகையில் காலவரிஷி நாடகம் அமைந்திருந்ததை முதலியார் 'நாடக மேடை நினைவுகள்' நூலில் பதிவு செய்திருக்கிறார். மேலும், பம்மல் சம்பந்த முதலியாரின் 90க்கும் மேற்பட்ட நாடகங்களில் பாட்டுக்கள் அதிகம் கொண்டது என்பதாலும் வடிவேலு நாயகர் காலவா நாடகத்தைத் தேர்ந்தெடுத்திருக்கலாம் என்று நம்ப முடிகிறது. பட விவரங்கள்

- சாகர் ஃபில்ம் கம்பெனி, மும்பையில் படப்பிடிப்பு செய்யப்பட்டது.

- V.S. சுந்தரேச ஐயர் - சித்திர சேனன்
- D.R. முத்துலக்ஷ்மி
- P.B. ரங்காச்சாரி- நாரதர்
- எஸ்.எஸ்.ஜானகி - ஊர்வசி.
- இடம்பெற்ற மற்றும் சில கதாபாத்திரங்கள் அர்ச்சுனன், இந்திரன், கிருஷ்ணன், கமண்டு, மண்டு, சுபத்திரை, ஊர்வசி, சந்தியாவளி, ரத்னாவளி
- ஃபெர்டூர் இரானி -ஒளிப்பதிவு
- 11,421 அடி நீளம்
- பம்பாய் தணிக்கைச் சான்றிதழ் எண் 11356
- 4 பிரதிகள்
- டெக்னிகல் டைரக்டர் - சர்வோத்தம் பதாமி
- நாடக இயக்குனர் - டி.சி.வடிவேலு நாயகர்.
- காலவ மஹரிஷி- 28 பாடல்கள் கொண்டிருந்தது. தோராயமாக 2 வாரங்களில் படமாக்கப்பட்டது.

சான்று ஆவணங்கள்

1. எம் தமிழர் செய்த படம் - தியோடர் பாஸ்கரன்- உயிர்மை பதிப்பகம்.
2. Experiences of a bureaucrat's wife- Gita Vittal
3. TOWARDS NEW GENELOGIES FOR THE HIStORIES OF BOMBAY CINEMA : THE CAREER OF SAGAR FILM COMPANY (1929-1940)- VIRCHAND DHARAMSEY.
4. MALAYA TRIBUNAL, DAILY PAPER, 24. 05. 1932, PAGE 3
5. எனது கலைப்பயணம் - வி.கே.ராமசாமி, நியூ செஞ்சுரி பதிப்பகம்.
6. நமது சினிமா - சிவன்
7. நாயகர் மீட்சி - ச.முத்துவேல், மின்னூல் அமேசான் தளம்
8. வள்ளியப்பன் ராமநாதன், முகநூல் பக்கங்கள்.

(நன்றி- காலச்சுவடு நவம்பர் 21)

காலவ மகரிஷி அல்லது சித்ரசேனா உபாக்யானம் (1932)

GALAVA MAHARISHI (or) CHTRASENA UPAKHYANA

(ஆங்கிலத்தில் மொழிபெயர்க்கப்பட்டு
சூட்டப்பட்டிருந்த தலைப்பு - Fateful Ring)

காலவ மஹரிஷியில் ஊர்வசி நடனக் காட்சி

இதுவரை 'காலவ' என்றும் 'காலவரிஷி' என்றுமே அறியப்பட்டு வந்த படத்தின் முழு நீள தலைப்பு 'காலவ மஹரிஷி' அல்லது 'சித்ரசேனன் உபாக்யானம்'. சுருக்கமாக காலவ, காலவரிஷி எனப்பட்டிருக்கிறது. மகாபாரதத்திலிருந்து ஒரு பகுதியே கதை. பம்மல் சம்பந்த முதலியாரால் நாடக வடிவில் அமைக்கப்பட்டது என்றெல்லாம் குறிப்பிட்டே விளம்பரப்படுத்தப்பட்டது.

காலவ மஹரிஷி- நாடகத்திலிருந்து எடுத்தாளப்பட்ட கதைச் சுருக்கம்.

சித்திரசேனன் ஒரு கந்தர்வன். இந்திரலோகத்தில் ஊர்வசி உள்ளிட்ட தேவலோகப் பெண்களுக்கு சங்கீதமும், நடனமும் பயிற்றுவித்து சிறப்பு செய்கிறான். ஊர்வசியின் நடனத்தையும்,பாடலையும் கேட்டு மகிழ்ந்த இந்திரன் சித்திரசேனனைப் பாராட்டி தன் மோதிரத்தை வழங்குகிறான். அந்த மோதிரம் யார் அணிந்திருக்கிறாரோ, அவர் மீது அவருடைய வாழ்க்கைத் துணையானவர் மிகுந்த பற்று கொண்டு அவரை நீங்காதிருப்பார். மேலும், நினைத்த இடம் செல்லும் வகையில் விமானத்தில் செல்லும் அருளும் சித்திர சேனனுக்குக் கிடைக்கிறது. சித்திரசேனன் அந்த மோதிரத்தை அவனுடைய காதலுக்குரியவளாகியிருக்கிற ஊர்வசிக்கே அளிக்க விரும்புகிறான்.

நாரதரின் கலகத்தால், இவற்றையறிந்த சித்திரசேனனின் இரு மனைவிகளான சந்தியாவளியும் ரத்னாவளியும் அம் மோதிரத்தை கைப்பற்ற எண்ணுகின்றனர். ஆளுக்கு ஒரு மாதம் அணிந்து கொண்டு, சித்திரசேனன் அன்பாக இருக்கும்படி திட்டமிடுகின்றனர். அவர்கள் இருவரும் ஊர்வசியைப் போலவே வேடமிட்டுக் கொண்டு சித்திர சேனனை ஏமாற்றி மோதிரத்தைக் கைப்பற்ற விழைகின்றனர். அந்தச் சம்பவத்தின்போது, மனைவியரை ஆறுதல் படுத்தும் பொருட்டு, பொய்க்கோபமாக சித்திரசேனன் ஊர்வசியை திட்டுகிறான். இதைக் கேட்டுவிடுகிற ஊர்வசி, சித்திரசேனனின் முன் தோன்றி அவனிடம் கோபித்துக் கொண்டு விண்ணில் ஏறிப் பறந்து செல்கிறாள். சித்திரசேனனும் பதறியடித்துக் கொண்டு ஊர்வசியை தொடர்ந்து விண்ணில் பறக்கிறான்.

அந்த வேளையில், யமுனை நதிக் கரையில் காலவ மஹரிஷி தன்னுடைய இறைவணக்கக் கடமைகளை செய்து கொண்டிருக்கிறார். அவருக்கு உதவியாக மண்டு, கமண்டு என்ற இரண்டு சீடர்கள் சேவை செய்கின்றனர். வானில் பறந்து கொண்டிருந்த சித்திரசேனன் உமிழும் தாம்பூலம், காலவரிஷியின் குவளை நீரில் விழுந்துவிடுகிறது. அதனால் கோபமடைந்த காலவரிஷி, தானே தண்டித்தால் தன்னுடைய தவ வலிமைக்கு குறைவு ஏற்படும் என்று கருதி நாரதரின் யோசனைப்படி அந்த நாட்டு அரசனான கிருஷ்ணனைச் சந்திக்கிறார். கிருஷ்ணனிடம் நடந்தவற்றை விளக்கி சித்திர சேனனை கொல்ல வேண்டியது அரசனின் கடமை என்று வற்புறுத்துகிறார். கிருஷ்ணனும் அவ்வாறே, 2 நாட்களுக்குள் அவன் தலை உங்கள் காலில் கிடக்கும் என்று காலவ ரிஷிக்கு வாக்குக் கொடுக்கிறார்.

இவற்றையறிந்த சித்திரசேனனும், அவன் மனைவியர் இருவரும் பதறுகின்றனர். கிருஷ்ணனை எதிர்த்துப் போர் புரியும் வல்லமை அர்ஜுனன் ஒருவனுக்கே உண்டு என்பதாகவும்,

அர்ஜுனன் மனைவியாகிய சுபத்திரையை அணுகி அவளிடம் பணியுமாறும் நாரதர் சொல்கிறார். அவ்வாறே, அவர்களும் சுபத்திரையிடம் சூழ்ச்சியாக உயிர்ப் பிச்சை பெறுகின்றனர். சொன்ன வாக்கைக் காப்பாற்ற வேண்டி, தவிப்போடு சுபத்திரை கிருஷ்ணனைச் சந்திக்கிறாள். கண்ணனும் கொடுத்த வாக்கை மீறமுடியாதென்பதால், வல்லவனான உன் கணவன் அர்ஜுனனை சென்று பார் என்கிறான்.

நாரதரின் திட்டப்படி சுபத்திரை அர்ஜுனனிடம் வாக்குறுதி பெறுகிறாள். அந்த வாக்கின்படி, சித்திரசேனன் உயிரைக் காக்க வேண்டிய கடமை அர்ஜுனனுக்கு நேர்கிறது. கண்ணனை போற்றுபவனான அர்ஜுனனும், அதுபோலவே கண்ணனும் போரிட விரும்பவில்லை. வேறுவழியில்லாமல் கண்ணனுக்கும், அர்ஜுனனுக்கும் போர் மூள்கிறது. போர் தீவிரமடையும் வேளையில் இருவர் அன்பிற்கும் உரியவளான சுபத்திரை குறுக்கிட்டு, தன்னை முதலில் கொல்லும்படி புலம்புகிறாள். போரை நிறுத்திவிட்டு இருவரும் சமாதானமடைகிறார்கள். இதைக் கண்ட காலவ மஹரிஷி, கண்ணனிடம் தனக்குக் கொடுத்த வாக்கைக் காப்பாற்றுபடி கூறுகிறார். சித்திரசேனன் காலவ மஹரிஷியின் காலில் விழுந்து தலைவணங்கும்படி சொல்லி, கண்ணனும் தன் வாக்கைக் காப்பாற்றுகிறார். சித்திர சேனனுக்கு இந்திரன் அளித்த மோதிரத்தை, அர்ஜுனன் எப்போதும் தன் மேல் அன்பாயிருக்கும் பொருட்டு சுபத்திரையே எடுத்துக் கொள்கிறாள். நாரதரின் கலகம் நன்மையில் முடியும் என்பதற்கிணங்க,இவை எல்லாமே நாரதரின் சூழ்ச்சியான ஏற்பாட்டின் படி நடந்து முடிகிறது.

மேற்கண்ட நாடகக்கதைச் சுருக்கத்தில் இடம்பெற்றுள்ள அனைத்துக் கதாபாத்திரங்களுக்குமே நிறைய வாய்ப்பு அளிக்கப் பட்டுள்ளது.

பட விவரங்கள்

- சாகர் ஃபிலிம் கம்பெனி, மும்பையில் படப்பிடிப்பு செய்யப்பட்டது.
- V.S.சுந்தரேச ஐயர்-சித்திர சேனன்
- D.R.முத்துலக்ஷ்மி
- P.B. ரங்காச்சாரி- நாரதர்
- மற்றும் சில கதாபாத்திரங்கள் அர்ச்சுனன், இந்திரன், கிருஷ்ணன், கமண்டு, மண்டு, சுபத்திரை, ஊர்வசி, சந்தியாவளி, ரத்னாவளி.

D.R.முத்துலக்ஷ்மி

ராஜா சந்திரசேகர்

- ஃபெர்டூர் இரானி - ஒளிப்பதிவு
- 13000 அடி நீளம்
- 4 பிரதிகள்
- டெக்னிகல் டைரக்டர் - சர்வோத்தம் பதாமி
- இயக்குனர் -- டி.சி.வடிவேலு நாயகர்.
- காலவ மஹரிஷி- 28 பாடல்கள் கொண்டிருந்தது. தோராயமாக 2 வாரங்களில் படமாக்கப்பட்டது.
- காலவ மஹரிஷி, ஹரிச்சந்திரா ஆகிய இரு படங்களுக்கும் கொட்டகைகள் நிரம்பி வழிந்தனவாம். மக்கள் பேசும் படத்தை அதிசயமாக வியந்து பார்த்தனர். இவ்விரண்டு படங்களில் இடம்பெற்ற நடிகர்கள் சிலர் வடிவேலு நாயகரின் அடுத்த படமான ப்ரஹலாதனிலும் காணமுடிகிறது.

பின் குறிப்பு

ராஜா ஹரிச்சந்திரா, காலவ மஹரிஷி ஆகிய 2 படங்களும் சில மாதங்கள் இடைவெளியுடன் தனித்தனியாக உருவாக்கப்பட்டன என்றே அறியமுடிகிறது. இன்னும் தெளிவு தேவை. அதுபோலவே, காலவ மஹரிஷி படத்தில் வடிவேலு நாயகரின் பங்களிப்பு இருப்பது உறுதியானாலும் என்ன விதமான பங்களிப்பு என்பதற்கான சம கால நேரடியான சான்று எதுவும் இப்போதுவரை கிடைக்கவில்லை.

கட்டுரையில் சொல்லப்பட்ட குறிப்புகளுக்கு சான்றாக, பின்னர் இணைக்கப்பட்ட படம் இது. காலவ மஹரிஷி செப்டம்பர் மாதத்தில் வெளியானதற்கான குறிப்பு கிடைக்கிறது. 3.09.1392 அன்றைய ஆங்கில இந்து நாளேட்டில், முதல் பக்கத்தில் காலவ மஹரிஷி விளம்பரம் வெளியாகியுள்ளதென அறிய முடிகிறது.

P.B. ரங்காச்சாரி காலவரிஷிதான் முதல் படம் என்றிருக்கிறார். அது பற்றி...

1. தன்னுடைய 60 ஆம் ஆண்டு மணிவிழாவில் 1932ல் நடித்த படங்களைப் பற்றி 1966ல் அவ்வாறு சொல்லியிருக்கிறார். இத்தனை ஆண்டு இடைவெளியில் தகவல் பிழைகள் இயல்பானது. 2. மேலும், காலவரிஷியின் கதைப்படி நாரதரின் பங்கு குறிப்பிடத் தகுந்தது. நாரதராக நடித்தவர் ரங்காச்சாரி. 3. ராஜா ஹரிச்சந்திரா ஒலியில் மிகவும் குறைபாடுகள் கொண்டிருந்ததாக ஒரு சமகால விமர்சனக் குறிப்பு தெரிவிக்கிறது. அவற்றையெல்லாம் களைந்து, முன்னேறிய வகையில் எடுக்கப்பட்ட படம் காலவ மஹரிஷி நன்றாக ஓடியிருக்கலாம். அந்த வகையில் குறைபாடிருந்த படத்தைச் சொல்லாமல் தவிர்த்திருக்கலாம்.

1926 முதலே பம்பாயில் பணியாற்றி வந்தவர் ராஜா சந்திரசேகர். இயக்குனர் ஃபாத்திமா பேகம் என்பவரிடம் பயிற்சி பெற்றார். சாகர் மூவி டோன் நிறுவனமே ராஜா ஹரிச்சந்திரா மற்றும் காலவ மஹரிஷி ஆகிய படங்களை தயாரித்தது. ராஜா சந்திர சேகர் மற்றும் ஃபாத்திமா பேகம் பணியாற்றியது சாகர் மூவி டோன் அல்ல என்று அறியமுடிகிறது. எனவே, இவ் விரண்டு படங்களிலும் ராஜா சந்திரசேகர் இடம் பெற்றதற்கான வாய்ப்புகள் குறைவாகவே தெரிகிறது. இவரின் இயக்கத்தில் வந்த முதல் படம் கன்னட மொழிப்படமான சதாரம் எனப்படுகிறது. (Encyclopeadia of Indian Cinema-Ashish Rajadhyaksha & Paul Willemen)

பிரஹலாதன் (1933)

EAST INDIA FILM COMPANY
LEADS AGAIN
"PRAHLADA"
"PRAHLADA"
(TAMIL TALKING PICTURE)
FEATURING P. SARADAMBAL (Of Odeon Record Fame)
AND Master KRISHNAMURTHY
(The Young Star of Suguna Vilasa Sabha)
TO BE RELEASED VERY SHORTLY
At CROWN TALKIES, MINT STREET, MADRAS.
Now Showing "AURAT-KA-PYAR"
Featuring MUKTAR BEGUM.

The Indian Express

MADRAS: WEDNESDAY, OCTOBER 4, 1933.

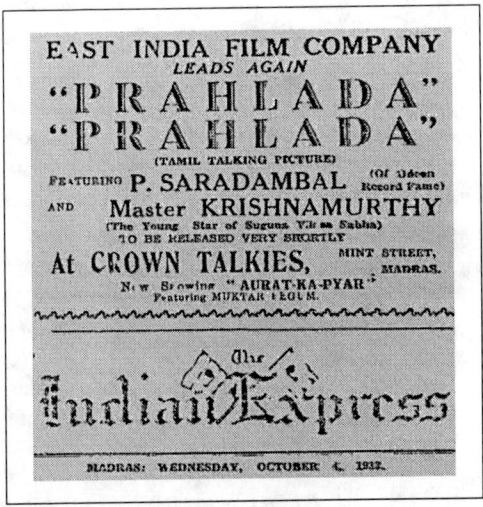

தயாரிப்பு நிறுவனம்- ஈஸ்ட் இந்தியா ஃபிலம்ஸ் கல்கத்தா

Recorded On RCA high fidelity photophone system.

Technical Director - Kaliprasad Gosh

Play written, Adapted and Directed by - T.C.Vadivelu Naicker

Photographed by - Jothidra Nath Dass

Assisted By - Prabodh Chandra Dass

Sound Engineer - C.S.Nigam

Distribution by Chamira Talkie Distributors

நடிகர்கள், நடிகைகள்

கோல்டன் P.சாரதாம்பாள்(அறிமுகம்) - கயாது

மதராஸ் மாஸ்டர் N. கிருஷ்ணமூர்த்தி - பிரஹலாதா

S.A.ஸ்ரீனிவாசா- ஹிரண்யகசிபு

N.S.ரத்னாம்பாள் - சந்திரகலா

K.நடராஜ ஐயர் - நாரதர்

K.K.சின்னஸ்வாமி செட்டி- இந்திரன்

V.M.பெரியசாமி முதலியார் -- துன்முகா

T.S.P.சாரதி B.A. - ஸ்ரீ நாராயணா

பாடல்கள் - மதுர பாஸ்கர தாஸ், பூச்சி சீனிவாச அய்யங்கார், பேயாழ்வார், திருமங்கை ஆழ்வார், நம்மாழ்வார்

11700 அடி நீளம். சென்னை மாகாண தணிக்கைச் சான்றிதழ் எண் 1727

28 பாடல்கள் கொண்டது

இந்தப் படத்திற்கு மிகுந்த வரவேற்பு இருந்ததாக குறிப்புகள் கிடைக்கிறது. நடிகர்கள் பங்களிப்பும், ஒலி ஒளி ஆகியவையும் சிறப்பாக இருந்தன என்றும் ப்ரஹலாதனாக நடித்த கிருஷ்ணமூர்த்தியின் பங்களிப்பும், குறிப்பாகப் பாடல்களும் சிறப்பாக இருந்ததால் பொது மக்கள் வெகுவாகப் பாராட்டியுள்ளனர்.

பிரஹலாதா படம் சென்னையில் க்ரௌன் திரையரங்கில் 1933 ஆம் ஆண்டின் இறுதியில் திரையிடப்பட்டுள்ளது. க்ரௌன் திரையரங்கில் நடந்த விழாவில் பி.டி.ராஜன் கலந்துகொண்டு கிருஷ்ணமூர்த்திக்கு தங்கப் பதக்கம் வழங்கி சிறப்பித்திருக்கிறார்.

இதே க்ரௌன் திரையரங்கில் இந்தப் படத்தைப் பார்த்த எழுத்தாளர் கல்கி, இந்தப் படத்தைப் பற்றி ஆடல்பாடல் பகுதியில் ஆனந்த விகடனில் எழுதியிருக்கிறார்.

N.கிருஷ்ணமூர்த்தி அறிமுகம்

கிருஷ்ணமூர்த்தியை 'சுகுண விலாஸ சபையின் இளம் நட்சத்திரம்' என்று குறிப்பிடப்பட்டே ப்ரஹலாதா படம் விளம்பரப்படுத்தப்பட்டு உள்ளது. சிறந்த விளையாட்டு வீரரும் ஆன கிருஷ்ணமூர்த்தி பிற்காலத்தில் கதாநாயகனாகவும் நடித்துள்ளார். அவர் நடித்த சில படங்கள் ; பிரகலாதா, ஏக்நாத், சங்கீத லவகுசா, என் மகன், தியாகி, வினோதினி, கோகுலதாஸி, உதயணன் போன்ற படங்களில்

மதனகாமராஜன் படத்தில்
என். கிருஷ்ணமூர்த்தி

'கோல்டன்'
சாரதாம்பாள்

நடித்தார். வானொலி நிலையத்தில் நிரந்தர வேலையில் இருந்தார்.

'பிரகலாதா படத்தை இயக்கியவர் டி.சி. வடிவேலு நாயக்கர். அவர் சுகுண விலாஸ சபையின் நடிகர் என்பது அறிந்ததே. கிருஷ்ண மூர்த்தியை ஸ்ரீ நாய்க்கர் பிரகலாதா படத்தில் அறிமுகம் செய்தார்' என்றே அந்தக் கால இதழ் ஒன்றில் கிருஷ்ணமூர்த்தியைப் பற்றிய கட்டுரையில் குறிப்பிடப்பட்டுள்ளது.

ஒடியன் (கிராமஃபோன் இசைத் தட்டு) புகழ் பெற்ற சாரதாம்பாள் என்று விளம்பரப் படுத்தப்பட்டுள்ளது. கோல்டன் நாடக கம்பெனியின் உரிமையாளர் கோவிந்தசாமி நாயுடுவின் மனைவியும், நடிகையுமான சாரதாம்பாள் பிரகலாதாவுக்கு முன்னர் எந்தப் படத்திலும் நடிக்கவில்லை. எனவே, அவரும், வடிவேல் நாயகரின் அறிமுகம் என்றே கருத முடிகிறது. மேலும், வடிவேலு நாயகர் பங்காற்றிய சாவித்ரி, ஜகதலப்ரதாபன் போன்ற பிற்காலப் படங்களிலும் தொடர்ந்து நடித்திருக்கிறார். 1933 லேயே 2 பிரகலாதன் படங்கள் வெளி வந்திருக்கின்றன. இது, ஈஸ்ட் இந்தியா ஃபில்ம்ஸ் படம் என்று அடையாளப்படுத்தப்படுகிறது.

சக்குபாய் (1934)

தாயாரிப்பு நிறுவனம் - பரூவா ஃபில்ம்ஸ்

இயக்கம் -- A.நாராயணன் B.A

(கொண்டித்தோப்பு) கே.ஆர். சாரதாம்பாள்- சக்குபாய்

பால விஸ்வநாதன் -- ஸ்ரீ கிருஷ்ணன்

மதுரை ஆச்சாரி - மித்ரு ராவ்

(கொண்டித்தோப்பு) கே. ஆர். ராஜமாணிக்கம்மாள் - கங்கா பாய்

பார்த்தசாரதி - விஷ்ணு சித்தர்

மகாதேவன் - சோமநாத ராவ்

விஸ்வ நாதன் - கபீர்தாஸ்

ராஜூ - கங்காதர ராவ்

வசனம், பாடல்கள் - வடிவேலு நாயகர்

27 பாடல்கள் கொண்டது

சினிமோடோ கிராபர் - தைரின்டே

ரெகார்டிங் -- சாம்புசிங்

இயக்கம் - ஏ.நாராயணன் பி.ஏ.

சக்குபாய், கல்கத்தாவைச் சார்ந்த அரோரா ஃபில்ம் கார்ப்பரேஷனின் முதல் தமிழ் படம். A.நாராயணன் அவர்களின் முதல் பேசும் படமும் ஆகும்.

கே. சீனிவாச பிள்ளை நாடக கம்பெனியினர் சக்குபாய் நாடகத்தை நடத்தி வந்தனர். அந்த நாடகத்தில் மித்ரு ராவாக நடித்தவர் மதுரை ஆச்சாரி. இவரேதான், சக்குபாய் படத்தில் அப்பாவி கணவவன் மித்ருராவாக நடித்திருக்கிறார். கே.ஆர். சாரதாம்பாள் என்கிற கொண்டித்தோப்பு சாரதாம்பாள் புகழ் பெற்ற நாடக நடிகை,சக்குபாயாக நடித்திருக்கிறார். சக்குபாயைக் கொடுமைப்படுத்தும் மாமியாராக ராஜமாணிக்கம்மாள் நடித்திருக்கிறார். அவர், இம்மாதிரியான பாத்திரத்தில் நாடகங்களில் நடித்து புகழ் பெற்றவர். கொண்டித்தோப்பு கே. ஆர். சாரதாம்பாளும், கொண்டித்தோப்பு கே ஆர் ராஜமாணிக்கம்மாள் ஆகியவர்களும் சகோதரிகளா என்பது உறுதியாகத் தெரியவில்லை.

கிருஷ்ணராக நடித்த, சி.ஆர்.பாலசுவாமி நாதன் சென்னை பல்கலைக் கழகத்தில் தென்னிந்திய இசையில் பட்டய படிப்பு முடித்தவர். அவருடைய தோற்றத்திற்காகவும், புல்லாங்குழல் வாசிப்பதில் சிறப்பு பெற்றவர் என்பதற்காகவும் அவருக்கு சக்குபாய் படத்தில் வாய்ப்பளிக்கப்பட்டிருக்கிறது.

விஷ்ணு சித்தராக நடித்தவர், பிற்காலத்தில் பிரபல இசை யமைப்பாளராக விளங்கிய எம்.டி.பார்த்தசாரதி. அண்ணாமலை பல்கலை கழகத்தில் சங்கீதம் பயின்று சங்கீத பூஷணம் என்ற பட்டம் பெற்றவர். இவருடைய இந்துஸ்தானி இசை தேர்ச்சியால் இந்த வாய்ப்பு அளிக்கப்பட்டிருக்கிறது. சுகுண விலாச சபை நடிகர் என்றே பாட்டு புத்தகத்தில் அடையாளப்படுத்தப்பட்டிருக்கிறது.

ஆர். விஸ்வநாதன் - சென்னை பல்கலை கழகத்தில் இசைத்துறையில் பயின்றவர். இசை நிகழ்ச்சிகள் பல நடத்தி, மக்கள் மத்தியில் நல்ல பெயரும், புகழும் அடைந்தவர், சக்குபாய் படத்தில் கபீர்தாஸ் பாத்திரம் ஏற்றார்.

சோமநாத ராவ் என்ற கதாபத்திரத்தில் சக்குபாயின் மாமனாராக நடித்தவர் எஸ். மகாதேவன். இவரும் அண்ணாமலை பல்கலை கழகத்தில் சங்கீத பூஷணம் பட்டம் பெற்றவர். டெக்னிகல் டைரக்டர் எனப்பட்ட தொழில் நுட்ப உதவிகளை செய்தவர் பரூவா பிக்சர்ஸைச் சேர்ந்த சுஷில் மஜூம்தார். இவர் அன் நாளில் புகழ்பெற்ற இயக்குனர் டெபாக்கி போஸ் என்பவரின் உதவியாளராக இருந்தவர்.

ஒளிப்பதிவு செய்தவர் டி.ஒய், டெய்ரன். ஏற்கனவே சில படங்களுக்கு ஒளிப்பதிவு செய்த அனுபவமுள்ள சிறந்த ஒளிப்பதிவாளர். ஒலிப்பதிவு செய்த சாம்புசிங் என்பவரும் இந்தத் துறையில் ஏற்கனவே நல்ல அனுபவமும், பெயரும் உள்ளவர். இவ்வாறு கலை மற்றும் தொழில் நுட்பத்தில் தேர்ந்த கலைஞர்களைக் கொண்டு உருவாக்கப்பட்ட சக்குபாய் படத்திற்கு வசனம், பாடல்கள் ஆகியவற்றை எழுதியவர் வடிவேலு நாயகர். 24.3.1934 கிரௌன் டாக்கீஸில் வெளியிடப்பட்டிருகிறது. சுஷில் மஜூம்தார் என்பவர் டெக்னிகல் டைரக்டராக உதவிகள் செய்திருந்தாலும், இதன் இயக்குனர் பெயர் என்று வரும்போது, ஏ.நாராயணன் என்பது மட்டுமே எங்கும் பதிவாகியுள்ளது என்பது குறிப்பிடத் தகுந்தது.

1939-ல் கே சாரங்கபாணி, அஸ்வத்தம்மாள் நடிப்பில் வெளியான சாந்த சக்குபாய் இதே கதைதான். இந்தப் படம் தற்போதும் கிடைக்கிறது.

திரௌபதி வஸ்திராபஹரணம் (1934)

வலது முதல் இடது நோக்கி... பஞ்ச பாண்டவர்கள் வரிசையில் சிறுகளத்தூர் சாமா, சி.எஸ்.டி.சிங், கே.ஆர்.சாரதாம்பாள், எம்.டி.பார்த்தசாரதி

மேலேயுள்ள படக்காட்சி சீனிவாசா சினிடோன் தயாரிப்பான திரௌபதி வஸ்திராபஹரணம் படத்தில் இடம் பெற்றது என்பதை அண்மையில் இந்நூலாசியர்தான் 'கண்டுபிடித்தார்'. இதுவரை தவறுகள் நிறைந்த தகவல்கள் உலவி வந்தன. இந்தப் படத்தின் பாட்டுப் புத்தகம் உட்பட மேலதிகத் தகவல்கள் கிடைக்கவில்லை. இதன் மூலம் ஒரு ஆவணம் புத்துயிர் பெற்றுள்ளது.

இந்தப்படக்காட்சி உண்மையில் சீனிவாசா சினிடோன் தயாரிப்பில் வந்த படத்தில் இடம் பெற்றதென்பது உறுதியாகிறது. எவ்வாறெனில்,

ச.முத்துவேல் | 57

C.S.D சிங் (பாரிஜாதம் படத்தில்) சிறுகளத்தூர் சாமா

P.S.சீனிவாசராவ்

அர்ஜுனனாக நடித்தவர் செருகளத்தூர் சாமா என்றும், பீமனாக நடித்தவர் C.S.D. சிங் என்கிற சி.எஸ்.தன்சிங் என்றும் தகவல் கிடைத்தது. இந்தப் படத்தில் நடுவில் திரௌபதியுடன் பஞ்ச பாண்டவர்களும் காட்சி தருகிறார்கள். வலது பக்கத்தில் முதலில் நிற்பவர் செருகளத்தூர் சாமா என்பது உறுதியாகத் தெரிகிறது. சி.எஸ்.டி.சிங் தோற்றமும் ஒத்துப்போகிறது. எம் டி பார்த்தசாரதி நடித்திருப்பதும் அறியக் கிடைத்தது. தருமராக நடுவில் நிற்பவர் பார்த்த்சாரதிதான். மேலும், மௌனப் படக்காலத்திலிருந்தே இவர்கள் மூவரும் ஏ.நாராயணனுடன் இணைந்து பணியாற்றியவர்கள் என்ற குறிப்பையும் கணக்கில் எடுத்துக் கொள்ளலாம்.

படத்தின் நீளம் - 12000 அடி (நெ.1748)

தயாரிப்பு நிறுவனம் - ஸ்ரீனிவாஸ் சினிடோன்

நடிகர்கள்

T.S. சந்தானம் - துரியோதனன்

K.R. சாரதாம்பாள் - திரௌபதி

P.S. சீனிவாசராவ் - கிருஷ்ணன்

M.D. பார்த்தசாரதி - தருமர்

P.S. பெரியசாமி பிள்ளை - சகுனி

C.S. தன்சிங் - பீமன்

சிறுகளத்தூர் சாமா - அர்ஜுனன்

T.C. வடிவேலு நாயகர் - வசனம்

உடுமலை நாராயணகவி - பாடல்கள்

R.பிரகாஷ் - இயக்கம்

சாரங்கதரா (1935)

கொத்தமங்கலம் சீனுவாசன், T.M.சாரதாம்பாள்

'லோட்டஸ் பிக்சர்ஸ் சாரங்கதரா' என்றும் 'ஒரிஜினல் சாரங்கதரா' என்றும் அழைக்கப்பட்ட படம். ஜேபிஎச் வாடியாவால் டைரக்ட் செய்யப்பட்டது. வாடியாவின் படப்பிடிப்பு நிறுவனமான மும்பை வாடியா முவிடோனில் படம் பிடிக்கப்பட்டது. செல்வந்தரான வி. எஸ். குஞ்சிதபாதம் என்பவர் தயாரிப்பில் உருவானது. அவர் இயக்குனராகவும் தன் பெயரை இணைத்துக் கொண்டார். அந்த நாட்களில் இதுபோன்ற நிகழ்வுகளுக்கு மேலும் எடுத்துக் காட்டுகள் உள்ளன. இந்தப் படத்திற்கு அடுத்தபடியாக, வி எஸ் குஞ்சிதபாதம் தானாகவே தனித்து இயக்கிய லோட்டஸ்

பிக்சர்ஸ் ‘பட்டினத்தார்’ தோல்வியடைந்தது. அதற்குக் காரணம் வி எஸ் கே பாதம் இயக்கம்தான் என்று கொத்தமங்கலம் சீனு ஒரு பேட்டியில் சொல்லியிருக்கிறார். தமிழ் தெரியாத வட இந்தியரான ஜேபிஎச் வாடியாவுக்கு அனைத்து வகையிலும் துணை நின்றவர் டி.சி.வடிவேலு நாயகர் ஆவார்.

இதுவரை கிடைத்துள்ள ஆவணங்கள் பாட்டு புத்தகம் உட்பட வடிவேலு நாயகரின் பெயர் இடம் பெறவில்லையென்றாலும் கொத்தமங்கலம் சீனு அளித்த பேட்டியில் வடிவேலு நாயகர்தான் அனைத்துப் பணிகளையும் செய்தார் என்று குறிப்பிட்டிருக்கிறார். முந்தையப் படங்களைப் போலவே நாடக இயக்குனர் என்ற பங்களிப்பாகக் கருதமுடிகிறது. பம்மல் சம்பந்த முதலியாரால் எழுதப்பட்டு, வடிவேலு நாயகர் உட்பட ஏற்கனவே சுகுண விலாஸ சபையினரால் நாடகமாக பலமுறை நடத்தப்பட்டதே சாரங்கதரா நாடகம். அந்த நாடக சாரங்கதராவைத் திரைப்படத்திற்கு ஏற்ப மாற்றி திரைக்கதை - வசனம் எழுதுவதிலும், நடிகர்கள் தேர்வு, நடிப்புப் பயிற்சி போன்ற பங்களிப்புகளையும் செய்தவர் வடிவேலு நாயகர். இவ்வாறான பங்களிப்பைச் செய்பவர்களே நாடக இயக்குனர், என்றும் இணை இயக்குனர் என்றும், வெறுமனே வசனகர்த்தா என்றும் கூட குறிப்பிடுவதற்கு எடுத்துக்காட்டுகள் உள்ளன.

நாடகத்திலிருந்த கதையில் எதுவும் மாற்றம் செய்யாமலே அப்படியே எடுக்கப்பட்டதுதான் ‘ஒரிஜினல் சாரங்கதரா’. கே.சுப்ரமண்யம் இயக்கத்தில் வெளியான இன்னொரு படம். நவீன சாரங்கதரா. கதையில் மாற்றங்கள் செய்து நவீனப்படுத்தி காலத்திற்கேற்றவாறும், இன்ப முடிவாகவும், வெற்றியைக் கருதியும் எடுக்கப்பட்ட படம் என்பதால் நவீன சாரங்கதரா எனப்பட்டது.

சாரங்கதரா கதைச் சுருக்கம்

அஸ்தினாபுரத்து அரசன் நரேந்திரன். நரேந்திரனின் மனைவி ரத்னாங்கி. இவர்களின் புதல்வன் சாரங்கதரன். சாரங்கதரனுக்குத் திருமணம் செய்ய நிச்சயித்திருந்த சித்ராங்கி மீது நரேந்திரன் ஆசை கொண்டு தானே மணக்க எண்ணுகிறான். சாரங்கதரனின் படத்தைக் காண்பித்து சூழ்ச்சி செய்து அரசன் சித்ராங்கியை மணக்கிறான். பின்னர் சித்ராங்கிக்கு நரேந்திரனின் சூழ்ச்சி தெரியவருகிறது.

சித்ராங்கி தன் மனம் விரும்பிய சாரங்கதரனிடம் காதல் மொழிப் பேச, சிற்றனையான சித்ராங்கியை விலக்குகிறான் சாரங்கதரன். நரேந்திரன் செய்த சூழ்ச்சியை விளக்கிச் சொல்லியும் சாரங்கதரன் ஏற்க மறுக்கிறான்.

வேட்டைக்குச் சென்றுவிட்ட அரசன் நரேந்திரனிடம் சித்ராங்கி தன்னை கெடுத்துவிட்டதாக சாரங்கன் மீது பொய்ப் புகார் கூறுகிறாள். அவ்வாறு சொன்னால்தனக்கும் சாரங்கதரனுக்கும் மணம் முடித்துவைப்படும் என்ற எதிர் பார்ப்பில் அவ்வாறு சொல்கிறாள். ஆத்திரமடைந்த நரேந்திரன் சித்ராங்கதனின் ஒரு கையையும், காலையும் வெட்டும்படி ஆணையிடு கிறான். சாரங்கதரன் வெட்டுப்பட்டு உயிரிழக்கிறான். அவ்வழியே வந்த சன்னியாசிகள் சாரங்கதரனை உயிர்ப் பிக்கச் செய்கின்றனர். சாரங்கதரன் அவர்களுடன் இணைந்து கடவுள் துதி பாடியபடி பயணம் மேற்கொள்கிறான். இவற்றையெல்லாம் அறிந்த சித்ராங்கி உண்மைகளை எழுதிவைத்துவிட்டு தற்கொலை செய்துகொள்கிறாள். கடிதத்தைப் படித்துப் பார்த்த அரசன், தன் மகன் சாரங்கதரனைத் தேடி அலைகின்றான். ஆட்சிப் பொறுப்பை சாரங்கதரன் ஏற்க மறுத்து கடவுள் வழிபாட்டையே தேர்ந்தெடுக்கிறான். மன்னனும் வேறுயாரோ ஒரு இளைஞனுக்கு முடி சூட்டிவிட்டு, துறவறம் பூண்டு மகனுடன் இறைபணியில் சேர்ந்துகொள்கிறான்.

இதில் கதாநாயகனாக கொத்தமங்கலம் சீனு நடித்தார். இவருக்குத் திரைத்துறையில் அறிமுகமான முதல் படம் இது. தஞ்சாவூர் எம். சாரதாம்பாள் நாயகியாக நடித்தார் கிராமஃபோன் பாடல்கள் குறிப்பாக ட்ரியோ டியான்னா என்ற நாட்டுப்புறப்பாடல் மூலம் புகழ்பெற்றிருந்த. இவருக்கும் இதுவே முதல் படம்.

நவீன சாரங்கதரா என்ற தலைப்பில் எம்.கே.டி.பாகவதர், எஸ்.டி.சுப்புலக்ஷ்மி நடிப்பில் வெளியான படமும் சம காலத்திலேயே வெளியாகித் திரையிடப்பட்டது. இரண்டு படங்களுமே நல்ல வரவேற்பை பெற்றதாக அறிய முடிகிறது.

எஸ்.எம்.சுப்ரமண்யம் என்ற இயற்பெயர் கொண்ட கொத்தமங்கலம் சுப்பு இந்தப் படத்தில் இடம் பெற்றிருக்கிறார். அவருக்கும் இதுவே அறிமுகப் படம் என்று கணிக்க முடிகிறது. கொத்தமங்கலம் சீனு, கொத்தமங்கலம் சுப்பு ஆகிய இருவருமே பணி நிமித்தம் கொத்தமங்கலத்தில் வாழ்ந்தவர்கள். அங்கேயே

அவர்கள் இருவரும் நண்பர்களாகத் துவங்கி தொடர்ந்து நட்போடு இருந்தவர்கள். ஒலி,ஒளி, கலை ஆகிய அமைப்புகள் சிறந்தனவாகவே இருந்தன என்று விமர்சனங்கள் கூறுகின்றன.

16000 அடி நீளம்

பெங்கால் சான்றிதழ் 1774

நடிகர்கள்

வி.எஸ்.சீனுவாசன் - சாரங்கதரன்

டி.எம்.சாரதாம்பாள் - சித்திராங்கி

கே.எஸ்.சேதுபிள்ளை - நரேந்திரன்

பி.எஸ்.ராஜலக்ஷ்மி - மோகனாங்கி

பி.எஸ்.பத்மாவதி - கனகாங்கி

சிவாஜி கணேசன் நடிப்பில் பின்னர் வெளியான சாரங்கதரா காணக் கிடைக்கிறது.

ரத்னாவளி (1935)

ரத்னாபாய், சரஸ்வதிபாய்

ரத்னாவளி படத்திற்கான கதைச் சுருக்கம், விவரங்கள், காட்சிகள் கொண்ட 2 விதமான பாட்டு புத்தகங்கள் மற்றும் பட விளம்பரங்கள் அனைத்திலும் இயக்குனர் பற்றிய குறிப்பினைக் காணமுடியவில்லை. ஆனால், இதன் இயக்குனர் T.G.R. ஆச்சார்யா என்று ஏ. எஸ். நாகராஜன் ஒரு பேட்டியில் குறிப்பிட்டிருக்கிறார். அன் நாளில் ஆசார்யா பிரபலமான வழக்கறிஞர் என்பதால் பெயரைப் போட்டுக் கொள்ள மறுத்துவிட்டதாகவும் குறிப்பிட்டிருக்கிறார். ஒரேயொரு ஆவணம் மட்டும் வடிவேலு நாயகர் பங்களிப்பைக் காட்டுகிறது. சுகுண விலாச சபையினரின் நாடகம் என்பதால்

 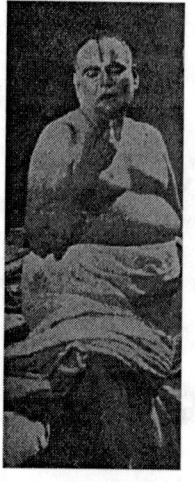 

T.N.வாசுதேவ பிள்ளை   M.R.சுப்ரமண்ய முதலியார்

வழக்கம்போல திரைக்கதை, வசனம் போன்ற பங்களிப்புகளில் டி.சி.வடிவேலு நாயகர் செய்திருக்கலாம் என்று கணிக்க முடிகிறது. அதன் அடிப்படையிலேயே இங்கு ரத்னாவளி படம் இடம் பெறுகிறது. ஆசார்யாவும் சுகுண விலாச சபையின் உறுப்பினர். மேலும், ஊசித்தட்டு நாடகங்கள் முதலியவற்றை வடிவேலு நாயகரைப் போலவே ஆசார்யாவும் எழுதி வெளியிட்டுள்ளார் என்று அறிய முடிகிறது.1934 முதலே ஏவிஎம் நிறுவனத்துடன் இணைந்து செயல்பட்டிருக்கிறார். மங்கம்மா சபதம், கடகம் போன்ற படங்களை 40 களில் இயக்கியவர் என்ற தகவல்கள் குறிப்பிடத் தகுந்தவை. சரஸ்வதி ஸ்டோர்ஸ் என்கிற பெயரில் சென்னையில் கிராமஃபோன் இசைத்தட்டுகள் தயாரிப்பு மற்றும் விற்பனையில் ஈடுபட்டுக் கொண்டிருந்த ஏ.வி.மெய்யப்ப செட்டியார் தயாரித்த 2 ஆவது படம் ரத்னாவளி. படத் தயாரிப்பு நிறுவனமான சரஸ்வதி டாக்கி ப்ரொட்யூசிங் கம்பெனி பின்னர் ப்ரகதி பிக்சர்ஸ் மற்றும் ப்ரகதி ஸ்டுடியோ ஆகி, அதற்கும் பின்னர் ஏவிஎம் நிறுவனமாகி தலைமுறைகள் தாண்டி இன்றும் சிறந்து விளங்குகிறது. கல்கத்தா பயோனியர் ஸ்டுடியோவில் தயாரிக்கப்பட்ட ரத்னாவளி - 1935ல் வெளியிடப்பட்டுள்ளது.

ஒரே நேரத்தில் கோலார் உட்பட 8 இடங்களில் வெளியிடப் பட்டுள்ளது. 1935-ல் இதுவொரு சாதனை. 22.11.35 அன்று சென்னை கெயிட்டி திரையரங்கில் கவர்னரால் துவக்கப்பட திட்டமிடப்பட்டு, அவர் வர முடியாத காரணத்தால் பிரபல திரையரங்கங்களின் அதிபர் ஃப்ரம்ஜி ஜெ மதன் அவர்களால் துவக்கி வைக்கப்பட்டுள்ளது. அவருக்கு தயாரிப்பு நிறுவனமான

சரஸ்வதி டாக்கி கம்பெனியாரால் நினைவுப் பரிசாக வைரத்தாலான ரத்னாவளி (மாலை) கொடுக்கப்பட்டுள்ளது. கவர்னரின் வருகையை பின்வரும் நாட்களில் திட்டமிட்ட தயாரிப்பு நிறுவனம், அப்போது கவர்னருடைய கரங்களால் நடிகர்கள் மற்றும் கலைஞர்களுக்கு மெடல் வழங்க ஏற்பாடு செய்யப்பட்டது. ரத்னாவளி தமிழில் அவ்வளவாக தெரியாத சமஸ்கிருத செவ்விலக்கியப் படைப்பு. ரத்னாவளி கதை மற்றும் கலைஞர்கள் விவரங்களுடன் அச்சிடப்பட்ட நூல்களை 1லட்சத்துக்கும் மேலான எண்ணிக்கையில் சென்னையில் வீட்டுக்கு வீடு காரில் சென்று வினியோகித்திருக்கின்றனர். மக்களை நன்றாக கவரும் வகையில் புதுமையான முறைகளில் விளம்பரப்படுத்தப்பட்டது.

ஏவி மெய்யப்ப செட்டியார் தயாரித்த முதல் 3 படங்கள் வரை தோல்வி அடைந்ததாகவும் ஆனாலும் அவர் துவண்டுவிடவில்லை என்றும் சொல்லப்படுகிறது. ஆனால், ரத்னாவளி படம் நல்ல வசூலை அளித்தது என்றும் தயாரிப்பு நிறுவனத்தார் ரூபாய் 1000 ராயல்டி கொடுத்ததாகவும் பம்மல் சம்பந்த முதலியார் குறிப்பிடுகிறார். ஏ. எஸ். நாகராஜனும் படம் நல்ல வசூலை அடைந்ததாகவும், நன்றாக ஓடிய வெற்றிப்படம் என்றே குறிப்பிடுகின்றார். கண்கவர் கலர் தமிழ் படம் என்று விளம்பரப்பட்டுள்ளது. திரை விமர்சனங்களிலும் வண்ணக் காட்சிகள் பற்றிய குறிப்புகள் காணமுடிகிறது. ஓரிரண்டு நடனக்காட்சிகளில் மட்டும் வண்ணம் சேர்க்கப்பட்டுள்ளது.

பட விவரங்கள்: ரத்னாவளி

ஸரஸ்வதி டாக்கி ப்ரொட்யூசிங் கம்பெனி, சென்னை
19000 அடி நீளம் : பெங்கால் சான்றிதழ் எண் 15965

நடிகர்கள்

P.S.ரத்னாபாய் - வாஸவதத்தை

P.S.சரஸ்வதி பாய் - - (ரத்னாவளி) ஸாகரிகை

T.R.A. மதுரம் - காஞ்சனமாலை

T.N.மீனாக்ஷி - சுசங்கதை

M.R.கிருஷ்ணமூர்த்தி - வத்ஸராஜன்

C.பஞ்சு - வஸந்தகன்

A.T.கிருஷ்ணசர்மா - வசுபூதி

C.S.சாமண்ணா -- பாபரவ்யன் (பப்பர வாயன்)

M.R.சுப்ரமணிய முதலியார் -- டாமரவ்யன் (டமார வாயன்)

ஹாஸ்ய நடிகர்கள்

L.நாராயணராவ், K.S.அங்கமுத்து, T.M.ஷேக்தாவூத், M.P.மீனாம்பாள், பஃபூன் T.M.ஷண்முகம், J.சுசீலா தேவி, M.S.முத்துகிருஷ்ணன்.

பாடல்கள் - பாபநாசம் சிவன்

சிறப்பு தகவல்கள்

ரத்னாவளி படத்தை இயக்கியவர் ப்ரஃபுல்லா கோஷ் என்று சொல்லப்படுவது தவறான தகவல். கிடைத்த 2 விதமான பாட்டு புத்தகங்களில் இயக்குனர் பெயர் இடம் பெறவில்லை. படத்தின் விளம்பரங்கள் உள்ளிட்ட ஆவணங்களிலும் இயக்குனர் பெயரே இடம் பெறவில்லை. இயக்குனராக ப்ரஃபுல்லா கோஷ் மற்றும் நடிகர்களில் வாசுதேவ பிள்ளை ஆகியோரை குறிப்பிட்ட செய்தியை மறுத்து பின்னர் செய்தி வெளியிடப்பட்டுள்ளது. முதலில் ப்ரஃபுல்லா கோஷ் இயக்குவதாக திட்டமிடப்பட்டிருக்கலாம். அதில் மாற்றம் நேர்ந்திருக்கலாம். வாசுதேவபிள்ளை எம் ஆர் சுப்ரமண்ய முதலியாரைப் போன்றே மிகவும் பருத்த உருவம் கொண்டவர்.

ரத்னாவளி கதைச்சுருக்க புத்தகத்தில் ஏ.டி.கிருஷ்ணசர்மா என்று

அச்சிடப்பட்டிருக்கிறது. ஏ.டி. கிருஷ்ணசாமியாக இருக்குமோ என்று ஒரு ஐயம் ஏற்பட்டது. இவர், ஏவிஎம் நிறுவனத்தில் நிறைய பங்காற்றி படங்களையும் இயக்கியிருக்கிறார் என்பது கவனத்திற் கொள்ளத் தகுந்தது. பப்பர வாயன், டமார வாயன் என்கிற தமிழ்ப் பெயர்கள் ஆங்கிலத்தில் எழுதப்பட்டு அதுவே பின்னர் தமிழில் பாபரவ்யன், டாமரவ்யன் என்று அச்சிடப்பட்டிருக்கிறது. இதையே பின் தொடர்ந்து ஆவணங்கள் பதிவாகின்றன என்பதால் இதை சுட்டிக்காட்ட வேண்டியதாகிறது. படத்திலும் பாபரவ்யன், டாமரவ்யன் என்றே இடம் பெற்றிருந்ததாக அந்தக் கால இதழ்களில் வெளியான பட விமர்சனங்களிலிருந்தும் அறிய முடிகிறது.

'ராவ் பகதூர் P.சம்பந்த முதலியார் எழுதிய ரத்னாவளி நாடகத்தைத் தழுவியது' என்கிற அறிவிப்போடு வெளியிடப்பட்டிருக்கிறது. டி சி வடிவேல் நாயகர் சுகுண விலாஸ சபை உறுப்பினர் என்பதும் அவர் முன்பே இயக்கிய காலவ மகரிஷி, ராஜா ஹரிச்சந்திரா *(1932)* ஆகிய படங்களிலும் இதேபோல் விளம்பரப் படுத்தப்பட்டுள்ளதை இங்கே ஒப்பிடலாம். .

டி.ஏ.மதுரம் நடித்த முதல் படம் இதுவென்பது ரத்னாவளியின் மற்றுமொரு சிறப்பு. அப்போது அவருடைய பெயர் T.R.A. மதுரம். சென்னையில் ஒரே திரையரங்கில் தொடர்ந்து 8 வாரங்கள் வரை ஓடியது தெரிகிறது.

பட்டினத்தார் -14 வாரங்கள் ஓடிய முதல் திரைப்படம்

"காதற்ற ஊசியும் வாராது காணும் கடைவழிக்கே" என்ற மூதுரையை விளக்கிக் காட்டிய முற்றுந்துறந்த ஒருவரின் கதை என்று விளம்பரப்படுத்தப்பட்டது, பட்டினத்தார் படம்.

பட்டினத்தார் என்கிற தலைப்பில் இதுவரை 3 படங்கள்.

1935-ல் சுந்தரமூர்த்தி ஓதுவார் நடித்த லோட்டஸ் பிக்சர்ஸ் நிறுவனத்தின் பட்டினத்தார் படமும், 1936 ல் தண்டபாணி தேசிகர் நடித்த வேல் பிக்சர்ஸ் நிறுவனத்தின் பட்டினத்தார் படமும், பிற்காலத்தில் 1962-ல் டி.எம்.சௌந்தர்ராஜன் நடித்த பட்டினத்தார் படம் என இதுவரை 3 பட்டினத்தார்களை தமிழ்த் திரையுலகம் கண்டிருக்கிறது. இவற்றுள் வேல் பிக்சர்ஸ் தயாரிப்பில் தேசிகர் நடித்த படமே பெரும் வெற்றி பெற்றுள்ளது. இதன் இயக்குநர் டி.சி.வடிவேல் நாயகர்.

நம்பிக்கைகளும் உண்மைகளும்

முருகதாஸா இயக்கியதாக ஒரு சிலர் குறிப்பிடுகிறார்கள். அந்தத் தகவலுடன்

இணைத்துச் சொல்லப்பட்ட தகவல்களிலும் நிறைய தவறுகள் உள்ளது. அப்போதைக்குக் கிடைத்த தகவல்கள் வரை, அவ்வாறு பதிவிட்டிருக்கலாம். பாட்டு புத்தகத்தில் இயக்குநர் பெயர் இடம் பெறவில்லை.

ஆனால், பல ஆவணங்கள் டி.சி.வடிவேல் நாயகரே இயக்குநர் என்றிருக்கிறது. வசனம் எழுதியது வடிவேலு நாயகர் என்ற தகவல் உறுதியான தகவல். கிடைத்த ஆவணங்களில், முருகதாஸாவின் இயக்கத்தில் உருவான படங்களின் பட்டியலில் பட்டினத்தார் இடம் பெறவில்லை.

02.07.1963-ஆம் ஆண்டில் வெளியான கல்கி இதழில் தண்டபாணி தேசிகரே பேட்டியளித்திருக்கிறார். அவர் 'பட்டினத்தார் படத்தின் இயக்குனர்,மற்றும் தன்னை அறிமுகப்படுத்தியவரும் டி.சி.வடிவேல் நாயகர்' என்றே சொல்லியிருக்கிறார்.

தமிழ் சினிமா அல்லது தென்னிந்திய மொழிப் படங்களில் முதன்முதலில் ஒரே திரையரங்கில் 98 நாட்கள் ஓடிய படம் வேல் பிக்சர்ஸ் தயாரிப்பில் உருவான பட்டினத்தார் *(1936)* படம்தான். இதன் தொடர்பாக மேலும் சில தகவல்கள்.

ஏழிசை மன்னர் எம் கே தியாகராஜ பாகவதர் முதன் முதலில் நடித்த பேசும் படமான பவளக்கொடி *(1934)*, பட்டினத்தாருக்கும் முன்பே வெளியான படம். பவளக்கொடி மற்றும் நவீன சாரங்கதாரா *(1935)* ஆகிய படங்கள் 100 வாரங்கள் ஓடியது என்றெல்லாம் சொல்லப்படுகிற கருத்துக்களில் உண்மையில்லை. ஒரு திரையரங்கில் ஓடி முடித்து, அடுத்தடுத்த திரையரங்குகளில்

என்று மாறி மாறி ஓடுவதை இப்படி சொல்வதுண்டு. அதாவது, ஒரே ஊரில் தொடர்ச்சியாக ஓடும் நாட்களைக் கொண்டு சொல்லப்படுவது. பட்டினத்தார் 25 வாரங்கள் ஓடியது என்று சொல்லப்படுவதும் இப்படித்தான். இப்போதிருப்பதைப்போல் ஒரே திரையரங்கில் 100 நாட்கள் வரை சாதனை புரிந்த படம் என்பதையே நாம் கணக்கில் எடுத்துள்ளோம். 1.06.35-ல் சென்னை க்ரௌன் திரையரங்கில் வெளியிடப்பட்ட நவீன சாரங்கதரா 3 வாரங்கள் ஓடியிருக்கிறது. அப்போதுவரை ஒரு படத்திற்கு பல பிரதிகள் எடுக்கும் வசதியும், சூழலும் இல்லை என்றே அறிய முடிகிறது. ஒரே நேரத்தில் சென்னையில் 2 திரையரங்குகளில் ஒரு படம் வெளியிடப்படுவது ஒரு புதுமையும், சாதனையுமாகவே இருந்த காலம் அது. எனவே, ஒரு திரையரங்கில் ஓடிய படம் இன்னொரு திரையரங்கிற்கு, இன்னொரு ஊருக்கு என்று நகர்ந்து கொண்டே இருந்தன. எம்.கே.டி.யின் சிந்தாமணி (1937) மற்றும் அடுத்தடுத்த படங்கள்தான் மாதக்கணக்கில், வருடக்கணக்கில் ஓடியவை.

1933-ல் வெளிவந்த வள்ளித் திருமணம் (டி.பி.ராஜலக்ஷ்மி நடித்தது, பயோனீர் ஃபிலிம்ஸ் - கல்கத்தா) படம்தான் அதுவரை வெளிவந்த தமிழ்ப் படங்களில் அதிக நாட்கள் ஓடி நிறைய வசூலையும் பெற்ற முதல் படம். ஓடிய நாட்கள் சென்னையில் 10 வாரங்களும், மதுரையில் 6 வாரங்களும் என்று அறந்தை நாராயணன் எழுதியிருக்கிறார்.

சீதா கல்யாணம் (ப்ரபாத் கம்பெனி - பம்பாய்) 1934-ல் சென்னையில் ப்ராட்வே டாக்கீஸில் 10 வாரங்கள் ஓடியிருக்கிறது.

மாஸ்டர் வி. என். சுந்தரம்

*1935*ல் வெளிவந்த தெலுங்குப் படமான லவகுசா சென்னை க்ரௌன் திரையரங்கில் *10* வாரங்கள் ஓடி அதுவரை புதிய சாதனை படைத்தது. இவை அனைத்துமே, வட மாநிலங்களில் புகழ்பெற்ற பட நிறுவனங்களாலும் அனுபவம் பெற்ற கலைஞர்களாலும் தயாரான படங்கள். பட்டினத்தார் சென்னையில் வேல் பிக்சர்ஸ் ஸ்டுடியோவில் தயாரிக்கப்பட்டது.

20.6.36 சனிக்கிழமை அன்று சென்னை ப்ராட்வே திரையரங்கில் வெளியிடப் பட்ட பட்டினத்தார் *14* வாரங்கள் (*98* நாட்கள்) வரை ஓடியது உறுதியாகத் தெரிகிறது. அப்போதெல்லாம் படம் திரையரங்குகளில் நடைபெற்றுக் கொண்டிருக்கும்போதே, அதில் பங்கேற்ற நடிகர்கள், கலைஞர்கள் திரையரங்குகளில் நேரில் தோன்றி மக்களை மகிழ்வித்திருக்கின்றனர். அதேபோல், படங்களின் வெற்றி விழாக்களும் படம் ஓடுகிற திரையரங்கிலேயே நடத்தப்பட்டிருக்கின்றன. பட்டினத்தார் படத்தின் வெற்றியை சிறப்பிக்கும் வகையில் அப்போதைய (இடைக்கால முதல்வர்) அமைச்சர் பி.டி.ராஜன் மற்றும் சர்.ஆர்.கே.சண்முகம் செட்டியார் ஆகியோர் விழாவில் கலந்து கொண்டு படத் தயாரிப்பாளரான எம்.டி.ராஜன் அவர்களுக்கு சிறப்பு செய்திருக்கின்றனர். அதேபோல், அடுத்த சில வாரங்களில் சர் சி.பி.ராமசாமி ஐயர் கலந்துகொண்டு சிறப்பித்திருக்கிறார்.

மதுரைக்குச் சென்று எம். எம். தண்டபாணி தேசிகரை நேரிலேயே சந்தித்து, திரைத்துறைக்கு அழைத்து வந்து பட்டினத்தார் படத்தில் அறிமுகப்படுத்திய பெருமை வடிவேல் நாயகரையே சேரும். வேல் பிக்சர்ஸ் உரிமையாளர் M.T.ராஜனும் வடிவேலு நாயகருடன் சென்றுள்ளார்.

‘சினிமாவுக்குப் புதியவராயிருந்ததால், ஸ்ரீ வடிவேல் நாய்க்கர் தேசிகர் விஷயத்தில் விஷேச கவனம் செலுத்தினார். தேசிகர் பெற்ற வெற்றியில் பெரும்பங்கு ஸ்ரீ நாய்க்கருக்கே சேரும்’ என்று ‘குண்டூசி’ ஆசிரியர் பி.ஆர்.எஸ். கோபால் எழுதியிருக்கிறார்.

ஆடையைக் கிழித்தெறிந்து விட்டு பட்டினத்தார் துறவறம் பூண்ட காட்சியை ரசிகர்கள் மிகப் பாராட்டினர் என்று அறியமுடிகிறது. படத்தில் திருவண்ணாமலை, காளஹத்தி போன்ற திருத்தலங்கள் காண்பிக்கப்பட்டதால், மக்கள் ரசித்துப் பார்த்தனர் என்றும் அறிய

முடிறது. சுமார் 1 மணி நேரம் வரை ஓடக்கூடிய இந்தப் படத்தின் பிரதி தற்போதும் பிழைத்து நமக்குக் கிடைக்கிறது என்பது ஒரு ஆறுதலான செய்தி.

முதலில் வந்த பட்டினத்தார், 1935-ல் சுந்தரமூர்த்தி ஓதுவார் அவர்கள் நடிப்பில் வந்த படத்தின் பெயர் 'பக்த பட்டினத்தார்', 'லோட்டஸ் பட்டினத்தார்' என்று மக்களால் பேசப்பட்டது. இந்தப் பட்டினத்தார் அவசர கோலத்தில் எடுக்கப்பட்டது என்கிறார் குண்டூசி கோபால். இந்தப் பட்டினத்தாருக்கும் வேல் பிக்சர்ஸ் பட்டினத்தாருக்கும் கதையில் சிறிதளவு மாற்றங்களும் காட்சியமைப்புகளில் நிறைய மாற்றங்களும் இருந்தன. மருதவாணன் மீனோடு போராடும் காட்சி, சிவலிங்கத்தை விட்டு வண்ணான் தாழி உயர்வது போன்ற தந்திரக் காட்சிகள் இடம்பிடித்தது சிறப்புற அமைந்தன. அதேபோல், இறுதிக் காட்சியில் பட்டினத்தார் பரந்து விரிந்த கடற்கரை மணல்வெளியில் சிவலிங்கமாகிவிட, அவரைக்காண வந்த அவருடைய மனைவி லிங்கத்திற்கு அருகிலேயே ஒரு மரமாகி நிழல் தரும்படி அமைக்கப்பட்டிருந்த காட்சி சிறப்பாக இருந்ததென விமர்சனம் ஒன்று கூறுகிறது.

பட்டினத்தாரின் வெற்றிக்குப் பிறகு, இதே போன்ற படங்களாக தாயுமானவர், திருமழிசை ஆழ்வார், நந்தனார் போன்ற படங்களில் தொடர்ந்து நடித்தார் தண்டபாணி தேசிகர்.

தயாரிப்பு - வேல் பிக்சர்ஸ் M.T.ராஜன்

18000 அடி நீளம் 21 reels *(நெ 1843)*

இயக்கம் - T.C.வடிவேல் நாயகர்

M.M. *தண்டபாணி தேசிகர் - பட்டினத்தார்*

M. *ஹரிஷங்கர பாகவதர் - பத்திரகிரியார்*

மாஸ்டர் V.N. *சுந்தரம் - மருதவாணன்*

M.K. *கோபாலய்யங்கார் - சேந்தனார், பரமசிவன்*

L. *ராமய்யர் - சிவசருமர்*

N. *ராமசாமி பிள்ளை - கள்வன் தலைவன்*

P.G. *வெங்கடேசன் - பண்டாரம்*

சரவண முதலியார் - உபமன்யு ரிஷி

பி.தசரதராவ், M.K. *ரங்கசாமி, பழனி ராஜா - கள்வர்கள்*

D.R. *முத்துலக்ஷ்மி - சிவகலை*

ஜெயலட்சுமி - ஞானகலை
T.K.ருக்மணி - மீனாட்சி
M.S.ராதாபாய் - பத்திரகிரியின் மனைவி
இசை - எம்.கோபால் சர்மா
ஒளிப்பதிவு - D.T.டெலான்
கலை - O.R.எம்பார்
எடிட்டிங் - கே.பார்த்தசாரதி

பாடல்கள் - பட்டினத்தார், சுந்தரர், திருஞானசம்பந்தர் மாணிக்க வாசகர், வள்ளலார் 51 பாடல்கள் கொண்டது.

விஸ்வாமித்ர (1936)

விஸ்வாமித்ர படத்தில் மேனகாவாக ஜே.சுசீலா

படத்தின் நீளம் - 15000 அடி 16 Reels

சென்னை தணிக்கை சான்றிதழ் எண் 1842

தயாரிப்பு நிறுவனம் - ஸ்ரீனிவாஸ் சினிடோன்

வினியோகஸ்தர் - ஓரியன்டல் ஃபில்ம்ஸ்

ஸ்டூடியோ - சவுண்ட் சிட்டி, மதராஸ்

இயக்கம் A.நாராயணன், B.A.

நடிகர்கள்

M.K.கோபால ஐயங்கார் (விஸ்வாமித்திரர்) பி.ஆர்.துரைசாமி ஐயர் (வசிஷ்டர்), பி.டி.குமாரசாமி பிள்ளை (திரிசங்கு), சுந்தர பாஷ்யம் (ஹரிச்சந்திரன்), சச்சிதானந்தம் (இந்திரன்), மாஸ்டர் ஜெகன்னாதம் (இராமன்), N.சீனிவாசன் (இலட்சுமணன்), பாஸ்கரன் (வீரபாகு), ஆர்யகான M.S.ராமச்சந்திரன் (விதூஷகன்)

நடிகைகள்

இராஜசுந்தரி (சந்திரமதி) ருக்மணிபாய் (திலோத்தமை) சுசீலா (மேனகா) சந்திராபாய் (அஹல்யா) லட்சுமிதேவி(காமதேனு)

போட்டொ பிடிப்பு டி.வி.கிருஷ்ணய்யர்

ஒலிப்பதிவு Mrs.A. நாராயணன்

கண்டினியூடி எம்.பி.ரத்னம்

கதை T.C.வடிவேலு நாயகர்

பட அமைப்பு ஸ்ரீ செங்கையா, பிள்ளை

பிராசஸிங் டி.வி. ரங்கையா

பாடல்கள் K.M.வேதமாணிக்கம்.

மீராபாய் (1936)

ஏ. எம். கம்பெனியின் மீராபாயில் மீராபாயாக நடிக்கும் மிஸ் ராஜசந்தரி பாய்.

படத்தின் நீளம் - 14000 அடி
சென்னை தணிக்கை சான்றிதழ் எண் 1871
தயாரிப்பு நிறுவனம்- ஸ்ரீனிவாசா சினிடோன்
ஸ்டுடியோ - ஸவுண்ட் சிட்டி வேப்பேரி, சென்னை
இயக்கம் - A.நாராயணன் B.A., - T.C.வடிவேலு நாயகர்

நடிகர்கள்

T.S.சந்தானம் - ராணா

C.V.V.பந்துலு - ராஜா மான்சிங்

கொத்தமங்கலம் சீனு - சூர்தாஸ்

ஜோக்கர் ராமுடு - பல்வந்த ராவ்

காமெடியன்கள் - கோபால் ராவ், புலியூர் துரைசாமி ஐயர் - (செட்டியார்கள்)

M.A.சச்சிதானந்தம் - சத்திரக் காவலன்,

டி.ஆர்.ருத்திரக் கோட்டி - மாரசிம்மன்

C.லாசரஸ் - ராஜமான் சிங் வேலையாள்

T.V.ராஜசுந்தரி - மீராபாய்,

K.S.அங்கமுத்து - சுசீலா,

பி.ஆர்.பானுமதி - வாசந்திகா

படப்பிடிப்பு - A.V.கிருஷ்ணையா

ஒலிப்பதிவு - ஸ்ரீமதி A.நாராயணன்

கதை எழுதியவர் - T.C. வடிவேலு நாயகர்

பிராசசிங் - A.V. ரங்கையா

எடிட்டிங் - N.K. கோபால்

கண்டினியுட்டி - எம்.பி.ரத்தினம்

பாடல்கள் - J.M.வேத மாணிக்கம், திருமங்கையாழ்வார் 21 பாடல்கள்

பட அமைப்பு - பாலகிருஷ்ண க்ரூப்

வினியோகஸ்தர் ஓரியண்டல் ஃபில்ம்ஸ்

14000 அடி நீளம் சென்னை தணிக்கச் சான்றிதழ் எண் 1871

கிருஷ்ண பகவான் மீதான மீராவின் பக்தியை விளக்கும் பிரபலமான கதை. ஏ.எம். கம்பெனியாரால் சீனிவாச சினிடோன் சவுண்ட் சிட்டி தயாரிப்பில் உருவானது, மீராபாய் படம். அவ்வளவாக வெற்றி பெறவில்லை. மதுரை ராயல் டாக்கீஸார் அஸ்வத்தம்மாவை நடிக்க வைத்து ஒரு மீராபாய் எடுக்கப்படவிருப்பதாக இதற்கும் முன்பே அறிவிக்கப்பட்டது. வெளியானதாக தெரியவில்லை.

மீராபாய் படத்தயாரிப்புக்கான ஒரு அறிவிப்பை 1936-லேயே காணமுடிகிறது. ராஜா சந்திரசேகர் இயக்கத்தில், எம்.கே.ராதா நடிப்பில் திட்டமிடப்பட்டிருந்த படம் வெளிவந்ததாக தகவல் இல்லை. ஒய்.வி.ராவ் பக்தமீரா என்றொரு படத்தை இயக்கினார்.

மீராபாய்க்கு பின்னர் வந்த ஜெமினி நிறுவனத் தயாரிப்பினால் உருவாக்கப்பட்ட ‘மீரா’ எம்.எஸ்.சுப்புலக்ஷ்மி, வி.நாகையா ஆகியோர் நடித்து வெளிவந்தது. ஜெமினி மீரா, இப்போதும் கிடைக்கிறது.

T. V. ராஜசுந்தரி ஏற்கனவே தூக்குத் தூக்கி, கிருஷ்ணார்ஜுனா, தாரா-ச-சாங்கம் போன்ற படங்களில் நடித்திருந்தார். இன்றும் கிடைக்கும் ‘உத்தமி’ படத்தில் இவரைக் காணலாம். கொஞ்சும் மழலைக் குரலில் பாடிய பின்னணி பாடகி எம்.எஸ். ராஜேஸ்வரி, இவரின் புதல்வியாவார்

கவிரத்ன காளிதாஸ் (1936)

புகழ்பெற்ற காளிதாசனின் வாழ்க்கைக் கதைதான் இந்தப் படத்தின் கதை. வித்யாதரி என்பவள் அறிவும், அழகும், வீரமும், தீரமும் கொண்டவள். அவளை மணக்க இளவரசர்கள் முதல் பலரும் முயன்று அவளுடைய தேர்வுகளில் தோல்வி கண்டு திரும்புகின்றனர். அதேவேளையில் ஆடு மாடு மேய்க்கும் ஒருவன் ஒரு சிற்றூரில் வசித்து வருகிறான். அவன் தான் அமர்ந்திருக்கும் மரக்கிளையையே வெட்டி கீழே விழும் அளவுக்கு அசடன். வித்யாதரியிடம் தோற்று திரும்பியவர்கள் அவளைப் பழி வாங்க எண்ணி அந்த அடிமுட்டாளை ஊமை என்றும் பெரிய அறிஞன் என்றும் சொல்லி வித்யாதரிக்கு திருமணம் செய்ய ஏற்பாடு

செய்கிறார்கள். வித்யாதரி சைகைகளால் கேட்கும் கேள்விக்கு, இவன் தன் போக்கில் எதையெதையோ செய்து காட்ட, அவை வித்யாதரியின் கேள்விகளுக்கு தக்க விடைகளாக அமைந்துவிடுகிறது. இருவருக்கும் திருமணமும் நடக்கிறது. உண்மை தெரியவரும்போது, வித்யாதரி கணவனிடம் சீற்றம் கொள்கிறாள். அப்பாவியான கணவன் எல்லாவற்றையும் ஒப்புக்கொண்டு மண்டியிடுகிறான். காளிதேவியிடம் முறையிட்டு வேண்டச் சொல்கிறாள் வித்யாதரி. காளிதேவி அவன் முன்தோன்றி,அவனுடைய நாக்கில் எழுதுகிறாள். அதுமுதல் அவன் காளிதாசனாகி காவியங்கள் பல படைக்கின்றான்.

அரசன் போஜன் மற்றும் தாசி விலாஸவதி போன்ற கிளைக்கதைகளுடன் நீளும் கதையை "மக்கள் விரும்பிப் பார்த்த மறக்க முடியாத தமிழ்ப் படங்கள் (1931 முதல் 1960 வரை) மணிமேகலை பிரசுரம் நூலில் எஸ் எம் சந்தானம் விரிவாகவும் சிறப்பாகவும் எழுதியிருக்கிறார். முதல் தமிழ் பேசும் படமான காளிதாஸ் கதைதான் என்றபோதிலும் அனைத்து வகைகளிலும் அந்தப் படத்தை விட சிறப்பாகவும் விரிவாகவும் எடுக்கப்பட்டதால் மக்கள் விரும்பிப் பார்த்த வெற்றிப் படம் என்று குறிப்பிட்டிருக்கிறார்.

P.V.ராவ் இயக்கத்தில் கிருஷ்ண அய்யங்கார் நடிப்பில் போஜராஜன் என்றொரு படம் வெளியாகியிருக்கிறது. போஜன் என்றொரு படம் பி.எஸ். கோவிந்தன், எஸ்.வரலக்ஷ்மி நடிப்பில் வந்தது. பிற்காலத்தில் சிவாஜிகணேசன், பானுமதி நடித்து வெளிவந்த மஹாகவி காளிதாஸ் பார்க்கக் கிடைக்கிறது. இவைகளுக்குள் வேறுபாடுகள் உள்ளன. டி.சி.வடிவேலு நாயகரின் இயக்கத்தில் வெளியான கவிரத்ன காளிதாஸ் படம் காளிதாசன் மற்றும் போஜன் கதைகளை உள்ளடக்கிய சுவையான படைப்பு என்பது எஸ் எம் சந்தானம் விவரிப்பில் அறிய முடிகிறது.

பாதுகா பட்டாபிஷேகம் படத்தின் மூலம் புகழ் பெற்றிருந்த டி.எஸ்.சந்தானமும், எம்.ஆர்.சந்தான லக்ஷ்மியும் நன்றாக நடித்திருந்தனர் என்றும் சிறந்த நகைச்சுவை நடிகர்கள் துணை கதாபாத்திரங்களில் சிறப்பு செய்தனர் என்றும் ஒரு விமர்சனம் கூறிப்பிடுகிறது. 27 பாடல்கள்.

வெளியான தேதி - 19.06.1937

படத்தின் நீளம் 16950 அடி

சென்னை தணிக்கை சான்றிதழ் எண் 1921

தயாரிப்பு நிறுவனம் - கணேஷ் ஃபிலிம்ஸ்

ஸ்டுடியோ வேல் பிக்சர்ஸ், மதராஸ்

தயாரிப்பு - ராணி செட்டி

இயக்கம் - வடிவேலு நாயக்கர்

நடிகர்கள்

T.S.சந்தானம், P.சுந்தர பாஷ்யம், S.கல்யாணசுந்தரம், M.R.சுப்ரமண்ய முதலியார், L.நாராயண ராவ்.

நடிகைகள்

M.R.சந்தான லக்ஷ்மி, P.T.நாகபூஷணம், T.V.லோக நாயகி, P.R.மங்களம், J.சுசீலா.

சிறப்புத் தகவல்

நாகசுரச் சக்ரவர்த்தி எனப் புகழப்படும் டி.என்.ராஜரத்தினம் காளமேகம் (1941) படத்தில் நாயகனாக நடிப்பதற்கு முன்பே இந்தப் படத்தில் வெள்ளித் திரையில் காட்சி தந்துவிட்டார். இந்தப் படத்தில் ராஜரத்தினம் பிள்ளை ஒரு தர்பார் காட்சியில் இசை நிகழ்ச்சி நடத்தியிருக்கிறார்.

கவிரத்ன காளிதாஸ் 1937- பட விவரங்கள்

கணேஷ் ஃபிலிம்ஸ் (ராணி செட்டி) தயாரிப்பாக வேல் பிக்சர்ஸ் ஸ்டுடியோவில் படப்பிடிப்பு செய்யப்பட்டுள்ளது. 19-6-1937 அன்று சென்னை ப்ராட்வே திரையரங்கில் வெளியிடப்பட்டுள்ளது.

T.S.சந்தானம் - காளன் - காளிதாஸ்

M.R.சந்தான லக்ஷ்மி - வித்யாரத்னம் - விலாஸவதி

P.சுந்தர பாஷ்யம், S.கல்யாண சுந்தரம், M.R.சுப்ரமணிய முதலியார், L.நாராயண ராவ், P.T. நாகபூஷணம், T.V.லோக நாயகி, P.R.மங்களம், J.சுசீலா.

ஸ்ரீ கிருஷ்ண துலாபாரம் (1937)

T.S. ரமாமணி பாய்

மதுரையைச் சேர்ந்த ரமாமணி பாய் நாடகமேடையில் புகழ் பெற்றவர். இனிய குரலும், அழகிய தோற்றமும் கொண்டவர். இந்தப் படத்தில்தான் அறிமுகம் என்று தெரிகிறது.

வெளியான தேதி - *07.8.1937*

படத்தின் நீளம் *16000* அடி சென்னை சான்றிதழ் எண்-*1919*

தயாரிப்பு நிறுபனம் ஸ்ரீனிவாஸ் சினிடோன்

தயாரிப்பு, இயக்கம் - A. நாராயணன்

நடிகர்கள்

மாஸ்டர் M. லெட்சுமணன் (நாரதர்) மாஸ்டர் M.V. கிருஷ்ணப்பா M.K. கோபால் (இந்திரன்) M.R. சுப்பிரமணிய முதலியார் (மகரந்தன்) புலியூர் துரைசாமி அய்யர் (வசந்தகன்)

நடிகைகள்

T.M. சாரதாம்பாள் (ருக்மணி), T.S. ரமாமணி பாய் (சத்யபாமா), T.S. கிருஷ்ணவேணி (சரோஜா)

ஒளிப்பதிவு - - T.V. கிருஷ்ணையர்

ஒலிப்பதிவு - திருமதி A. நாராயணன்

பிராஸஸிங் - T.V. ரங்கையா

எடிட்டிங் - N.K. கோபால்

வசனம் - T.C.V. நாயக்கர்

பாடல்கள் - T.M. வேதமாணிக்கம்

இசை - S.N.R. நாதம்

படப் பின்னணி இசை கோவிந்தராஜ் நாயுடு (ஹார்மோனிஸ்ட்) D.ராஜா (பிடில்) D.S.மணி (புல் புல் தாரா) கோவிந்தசாமி செட்டி (தபேலா)

ஆர்ட் - அப்புக்குட்டி குரூப் A. பாலகிருஷ்ண குரூப்

வெளியீடு - முருகன் டாக்கீஸ்

36 பாடல்கள் கொண்ட படம்.

விராட பர்வம் (அல்லது) பிருஹந்நளா (1937)

படத்தின் நீளம் - 16000 அடி சென்னை சான்றிதழ் எண் - 1929
தயாரிப்பு நிறுவனம் -- ஸ்ரீனிவாஸ் சினிடோன்
இயக்கம் -- A.நாராயணன், T.C.V.நாயக்கர்

நடிகர்கள்

M.V. கிருஷ்ணப்பா, வித்வான் C.S. செல்வரத்தினம் பிள்ளை, புலியூர் துரைசாமி அய்யர், பி.டி. குமாரசாமி பிள்ளை C. Lazrurus P.K. சீதாராம் ராவ்

நடிகைகள்

T.V. ராஜசுந்தரி, T.S.கிருஷ்ணவேணி, T.K.ருக்மணி.

படப் பிடிப்பு - டி.வி.கிருஷ்ணய்யர்

ஒலிப்பதிவு - Mrs. A .நாராயணன்

பிராசஸிங் - டி.வி.ரங்கையா

எடிட்டிங் - N.K.கோபால்

ஆர்ட் டைரக்‌ஷன் - A. பாலகிருஷ்ணன்

வசனம், பாடல்கள் - J.M. வேதமாணிக்கம்

(பாட்டு புத்தகத்தில் வடிவேலு நாயகர் பெயர் இடம் பெறவில்லை. வழக்கம்போல என்று நினைத்துவிட முடியாதபடி விளம்பரத்தில் அவருடைய பெயர் இடம் பெற்றுள்ளது. ஆனால், வசனம் வேதமாணிக்கம் என்று உள்ளது. எனவே, ஐயத்துடனே பதிவு செய்யப்படுகிறது).

இந்தப் படத்துடன் டி.எஸ். கிருஷ்ணவேணி நடித்த 'சுகுணா' என்ற சீர்திருத்த கருத்துக்கள் நிறைந்த நகைச்சுவை துண்டுப்படம் இணைத்துக் காட்டப்பட்டது.

பெண்ணியம் பேசிய விக்ரம ஸ்திரி சாகசம் (1937)

பாப்பா கே லக்ஷ்மி காந்தம்

சென்னை சான்றிதழ் எண்-1887
படத்தின் நீளம் - 14000 அடி
தயாரிப்பு நிறுவனம் - எஸ்ஸெல் பிலிம் கம்பெனி
இயக்கம் - T.C.வடிவேலு நாயக்கர்

நடிகர்கள்

T.K.*சுந்தரப்பா, புலியூர் துரைசாமி அய்யர், சச்சிதாநந்தம்,* M.R. *சுப்ரமணியம், ராமுடு அய்யர்,* M.K. *கோபாலன், மாஸ்டர் சீனிவாசன்,* P.D.*குமரசாமி பிள்ளை பாப்பா லக்ஷ்மி காந்தம்,* T.K. *ருக்மணி,* T.S.*கிருஷ்ணவேணி, காஞ்சீவரம்* S. *கண்ணம்மாள்*

படப்பிடிப்பு - T.V. *கிருஷ்ணய்யா*
ஒலிப்பதிவு - ஸ்ரீமதி A.*நாராயணன்*

1000 முகம் ராம்குமார்

22 பாடல்கள்

பாடல்கள் - T. M. வேதமாணிக்கம், கனம் கிருஷ்ணய்யர்

கனம் கிருஷ்ணய்யர் இந்தப் படம் வெளிவதற்கு முன்பே மறைந்துவிட்டவர். இவரைப் பற்றி உ.வே.சாமி நாதய்யர் எழுதியிருக்கிறார். நவீன ஸ்திரி சாஹசம் என்ற 2 ரீல் நகைச்சுவை துண்டுப்படம் இணைத்துக் காட்டப்பட்டுள்ளது. டி.எஸ்.கிருஷ்ணவேணி, ஆயிரம்முகம் ராம்குமாரும் நடித்தனர்.

விக்ரம் ஸ்திரி சாகசம் - கதைச் சுருக்கம்

'சாகசம் என்பதின் உரிமை ஆண்களுக்கா அல்லது பெண்களுக்கா? பெண்கள் சாகசத்திற்கு முன் ஆண்கள் நிற்க முடியாது' என்றே விளம்பரப்படுத்தப்பட்டுள்ளது.

டி.கே.சுந்தரப்பா

ஆண்தான் பெண்ணைவிட வலிமையுள்ளவன், ஆணே சிறந்தவன் என்று மன்னன் விக்ரமாதித்யன் (டி.கே.சுந்தரப்பா) மக்கள் முன்பாக முரசறைகிறான். கங்கு (பாப்பா லக்ஷ்மி காந்தம்) அதை எதிர்க்கிறாள். விக்ரமாதித்யன் கங்குவையே மணந்து, அவளைப் பழி வாங்கும் விதமாக, அவளுக்கு கடல் நடுவில் ஒரு மாளிகையைக் கட்டி அவளை அதிலே அடைத்து வைத்து தனிமைச் சிறையில் வாட்டுகிறான். கங்கு காளியை வேண்டி 2 வரங்களைப் பெறுகிறாள். ஒன்று, அந்த மாளிகையிலிருந்து வெளியேறுவதற்கு. மற்றொன்று, தான் விரும்பிய உருவம் எடுப்பதற்கு.

ஒரு நாள் விக்ரமாதியன் 2 இந்திர லோகத்துப் பெண்களுக்கு ஆபத்தில் உதவுகிறான். அவர்கள் விக்ரமாதித்யனை இந்திர லோகத்துக்கு அழைத்துச் செல்கிறார்கள். அந்த இருவரில் ஒருவராக

உருமாறி, கங்கு அவர்களுடன் செல்கிறாள். இந்திரலோகத்தில் மோகினி என்பவளின் உருவில் நாட்டியமாடும் கங்குவின் அழகில் மயங்கி அவளைச் சேர்கிறான். அவளுக்குப் பிறக்கும் குழந்தையையே தன்னுடைய நாட்டிற்கு அரசனாக்குவேன் என்று உறுதியளிக்கிறான்.

அங்கிருந்து திரும்பிய கங்கு, தனிமை மாளிகையில் குழந்தையைப் பெற்றெடுக்கிறாள். அவனையே அரசானாக்குகிறாள். விரிவான கதைக்கும், காட்சிகளுக்கும் பின்னர் வந்ததும், இன்றைக்கும் கிடைக்கக் கூடியதுமான ஜெமினி ஸ்டுடியோ தயாரிப்பான 'மங்கம்மா சபதம்' படத்தைப் பார்த்துக் கொள்ளலாம். கிட்டத்தட்ட அதே கதை. விக்ரம ஸ்திரி சாகசம் நன்றாக ஓடிய ஒரு வெற்றிப் படமென்றும், சுவாரசியமான கதை மற்றும் வடிவேலு நாயகரின் திறமையான இயக்கமும் அவற்றிற்குக் காரணம் என்றும் ராண்டார் கை குறிப்பிட்டிருக்கிறார். அந்தக் காலத்து மனிதர்களின் நேரடியான சந்திப்பின் மூலம் கேட்டறிந்து இவ்வாறு எழுதியிருக்கிறார்.

சிறப்புத் தகவல்கள்

தயாரிப்பாளர் ஏ.நாராயணனின் மகன் மாஸ்டர் சீனிவாசன் நடித்துள்ளார்.

நாட்டியக் கலையில் புகழ் பெற்றிருந்த காஞ்சீவரம் கண்ணம்மாள் நடித்திருக்கிறார். ஏற்கனவே, சதி லீலாவதி போன்ற படங்களில் நடன மங்கையாக சிறிது நேரம் மட்டுமே இடம் பெற்றிருக்கிறார். விக்ரம ஸ்திரீ சாகஸத்தில் ஊர்வசியாக குறிப்பிடத் தகுந்த பங்களிப்போடு நடித்திருக்கிறார்.

பெண்கள் ஆண்களுக்கு இணையானவர்கள் என்று அன்றே பெண்ணுரிமைபேசியஇந்தப்பெண்ணியப்படத்தின் ஒலிப்பதிவாளர் ஒரு பெண்மணி என்பது சிறப்பானது. ஏ. நாராயணன் அவர்களின் துணைவியார் திருமதி. மீனா என்கிற மீனாக்ஷி, இந்தியாவின் முதல் பெண் ஒலிப்பதிவாளர் ஆவார்.

ரம்பையின் காதல் (அல்லது) யத்பவிஷ்யன் (1939)

கே.சாரங்கபாணி, கே.எல்.வி.வசந்தா - ரம்பையின் காதல் படத்தில்

கதைச் சுருக்கம்

ஊர்வசி, மேனகா, திலோத்தமா போன்றோர்களுடன் தேவலோகத்து ரம்பை பூலோகத்திற்கு வந்தபோது, யமுனை நதிக்கரையின் அழகில் மயங்கி இந்திரலோகத்திற்கு தாமதமாக திரும்புகிறாள். இதனால், ஆத்திரம் கொண்ட இந்திரன் ரம்பாவை பகலில் யமுனை நதிக் கரையில் சிலையாக இருக்கும்படியும், மாலை வந்த பிறகு மட்டும் உயிர் பெறும்படியாகவும் சாபமிடுகிறான். பூலோகத்தில் குழந்தைத்தனமான அப்பாவியாயிருக்கும் யத்பவிஷ்யன் நண்பர்களின் விளையாட்டால், ரம்பையின் கல் சிலைக்கு மாலையிடுகிறான். மாலையில் உயிர் பெற்ற ரம்பா, யத்பவிஷ்யனை கணவனாக ஏற்று மகிழ்ந்து, இந்திரலோகத்திற்கு அழைத்துச் செல்கிறாள். இந்திரலோகத்து ரகசியங்களை யத்பவிஷ்யன் பூலோகத்தில் வெளியிடுகிறான். தேவரகசியம் வெளிப்பட காரணமாயிருந்த ரம்பையை, பிரம்ம ராட்சஷியாகிவிட

காளி ரத்னம்- பூசாரியாக

இந்திரன் சாபமிடுகிறான். நாரதரின் ஆலோசனைப்படி பூலோகத்து காசிராஜனின் மகளான சுபாஷிணியை பிரம்ம ராட்சஷி பிடித்துக்கொள்கிறாள். யத்பவிஷ்யன் 9 முறை ரம்பையின் பேரைச் சொல்லும்போது மட்டுமே சுபாஷிணிக்கும், ரம்பைக்கும் விமோசனம் கிடைக்கிறது. முடிவில் சுபாஷிணிக்கும், யத்பவிஷ்யனுக்கும் திருமணம் நடக்கிறது.

 16000 அடி நீளம் - சென்னை சான்றிதர் எண் - 2072
 தயாரிப்பு - கோவை செண்ட்ரல் ஸ்டுடியோஸ்
 டைரக்ஷன் - பி.என்.ராவ்
 வசனம் & இணை இயக்கம் - டி.சி.வடிவேல் நாயகர்
 ஒளிப்பதிவு - போடோ கட்ஸ்வாகர்

நடிகர்கள்

 கே.சாரங்கபாணி - யத்பவிஷ்யன்
 ஆர்.பாலசுப்ரமணியம் - தேவேந்திரன்
 கே.ஏ.சொக்கலிங்க பாகவதர் - நாரதர்
 என்.எஸ்.கிருஷ்ணன் - அமரசிம்மன்
 கே.எல்.வி.வசந்தா - ரம்பா
 டி.ஏ.மதுரம் - சுபாஷிணி
 காளி என்.ரத்தினம் - பூசாரி

சிறப்புத் தகவல்கள்

 1956-ல் மீண்டும் 'ரம்பையின் காதல்' என்ற தலைப்பிலேயே, இதே கதையில் எடுக்கப்பட்ட மாடர்ன் தியேட்டர்ஸ் படத்தில் கே.ஏ.தங்கவேலுவும், பானுமதியும் நடித்தனர். அடுத்தபடியாக வடிவேல் நடிப்பில் வெளிவந்த இந்திர லோகத்தில் ந.அழகப்பன் படத்திற்கும் இந்தப் படமே முன்னோடி.

பிரஹலாதா (1939)

நாகர்கோயில் மகாதேவன் - எம் ஆர் சந்தானலக்ஷ்மி

இப்படத்தில் எம்ஜிஆர் முக்கிய கதாபாத்திரத்தில் நடித்திருக்கிறார் என்பதும் குறிப்பிடத் தகுந்தது. இந்தப் படம் இன்றும் காணக்கிடைக்கிறது. ராண்டார் கை தருகின்ற ஒரு குறிப்பில் இந்தப் படத்திற்கான உரையாடல் ஆசிரியர் மற்றும் கலை இயக்குனர் வடிவேலு நாயகர்.

சமத்துவம் பேசிய சதி முரளி

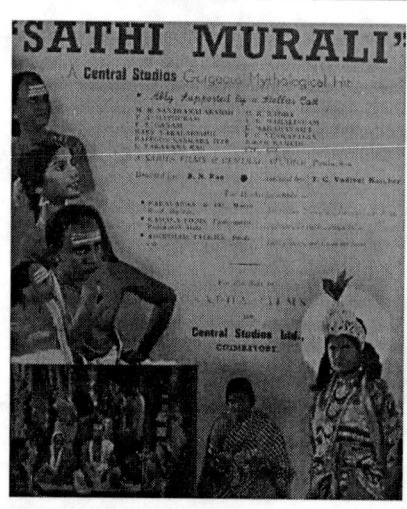

வடிவேலு நாயகரின் கதை, திரைக்கதை, வசனம், இணை இயக்கம் போன்ற பங்களிப்புகளால் உருவான படம் சதிமுரளி என்பதாலும், சாதிய வேறுபாடுகளை எதிர்க்கும் வகையிலான கதை என்பதாலும் கதையை பார்ப்போம். இதுவொரு சமூக - புராண கலப்புகொண்ட கற்பனைக் கதை. புராண கலப்பு இருந்தால்தான் வரவேற்பும், வெற்றியும் கிடைக்கும் என்று அன் நாட்களில் ஒரு நம்பிக்கை இருந்திருக்கிறது.

முரளி என்ற பெண் (எம்.ஆர்.சந்தானலக்ஷ்மி) மாயமாகி

கண்ணனின் கைகளில் புல்லாங்குழலாகிறாள். இது பற்றி பாமா கேட்கும்போது, நாரதர் (நாகர்கோயில் கே. மகாதேவன்) முரளியின் கதையை விளக்குகிறார்.

சின்னான் என்பவன் (டி.ஆர்.மகாலிங்கம்) சேரியில் பிறந்து வளர்ந்தாலும், கடவுள் பக்தியுள்ளவன். அவன் மாட்டை வெட்டுவதையும், மாட்டிறைச்சி உண்பதையும் எதிர்க்கிறான். அவனுடைய சுற்றத்தார் அவனை அடித்து விரட்டுகின்றனர். பூணூல் விழா நடத்தும் பார்ப்பனர்களை வேடிக்கைப் பார்க்கும் சின்னானை அவர்களும் அடித்து விரட்டுகின்றனர். தானும் ஒரு பார்ப்பனராக வேண்டும் என்ற ஆசையை நிறைவேற்ற சாது ஒருவரைக் காண்கிறான். அவரும் ஆசி தருகிறார்.

நண்பர்களால் ஆற்றில் தள்ளிவிடப்பட்ட சின்னான் சிவராமய்யர் என்பவரால் காப்பாற்றப்பட்டு அவனை சீனு என்ற பெயரில் பார்ப்பனராக வளர்க்கிறார். வளர்ந்த சீனுவுக்கு (எம்.கே.ராதா) முரளியுடன் காதலாகி, திருமணமானதும் பின்னர் உண்மை தெரிய வருகிறது. இதனால் சிக்கல்கள் எழுகிறது. இருந்தபோதிலும் காதலில் சாதிபேதம் இல்லை என்று மனைவி (எம்.ஆர். சந்தானலக்ஷ்மி) ஏற்றுக்கொள்கிறாள். எனவே, அவள் கண்ணனின் புல்லாங்குழலாகிறாள்.

செண்ட்ரல் ஸ்டுடியோஸ் மற்றும் சபா ஃபிலிம்ஸ் ஆகிய இரண்டு நிறுவனங்களின் கூட்டுத் தயாரிப்பில் உருவான இந்தப் படத்தை இயக்கியவர் பி என் ராவ்.

முரளியாக நடித்த எம்.ஆர்.சந்தான லக்ஷ்மியே கண்ணன் கதாபாத்திரத்திலும் நடித்திருக்கிறார். நாடக மேடைகளின் தொடர்ச்சியாக இவ்வாறு ஒருவரே உருவ ஒற்றுமையை கணக்கில் கொள்ளாமல், தொடர்பற்ற இரட்டை மனிதர்களாக நடிப்பது அந்தக் காலத்தில் வழக்கமானதுதான்.

நடிகர்கள்

M.K.ராதா - சீனு

M.R.சந்தான லக்ஷ்மி - முரளி & கண்ணன்

T.R.மகாலிங்கம் - சிறுவன் சீனு

S.வரலக்ஷ்மி - சிறுமி முரளி

T. A.மதுரம் -- சத்யபாமா

P.G.வெங்கடேசன் -- சாது

காளி N. ரத்னம், L. நாராயண ராவ் , P.S.ஞானம், ப்ஃபூன் சங்க ஐயர்,ஜோக்கர் ராமுடு, கதாநாயகன், நாயகி ஆகியவர்களின் சிறிய வயது பாத்திரங்களில் நடித்த மகாலிங்கமும், வரலக்ஷ்மியும் வளர்ந்து பிற்காலத்தில் இணைந்து நடித்தனர்.

இந்தப் படத்தில் நடித்த சட்டாம்பிள்ளை வெங்கட்ராமனுக்கு வடிவேலு நாயகருடன் ஏற்பட்ட அறிமுகத்தால், பின்னர் ஹரிச்சந்திராவில் நடிக்கும் வாய்ப்பை சட்டாம்பிள்ளை வெங்கட்ராமனுக்கு வடிவேலு நாயகர் ஏற்படுத்தி தந்ததாக குறிப்பிட்டுள்ளார். அந்த நற்பயன்தானோ என்னவோ, வடிவேலு நாயகரின் புகைப்படமும் அவருடைய நூலிலிருந்தே பெற முடிந்தது.

ஆர்யமாலா (1941)

பி.எஸ்.சரோஜினி

கதைச் சுருக்கம்

பார்வதி தன் பர்த்தாவின் ரக்ஷகத் தன்மையை சோதித்த பாபம் நீங்க கங்கைக் கரையில் ஒரு பூந்தோட்டத்தை அமைக்கிறாள். அதற்கு காவலனாக பரமன் காத்தவராயனை சிருஷ்டிக்கிறார்.

பூந்தோட்டத்தில் மலர் பறிக்க வந்த ஸப்த கன்னியரில் இளையவள் மீது காத்தவராயன் மோகங்கொண்டு அவளை பலாத்காரமாய் அணைய முயல, அவள் கங்கையில் மூழ்கி உயிர் துறக்கிறாள். இதையறிந்த பரமன் 'நீ பூவுலகில் பல ஜென்மங்களெடுத்து கடைசி ஜென்மத்தில் நீசரால் வளர்க்கப்பட்டு, எந்தக் கன்னியின் மீது

மோகங்கொண்டு அவள் இறப்பதற்குக் காரணனாகினையோ அவள் பொருட்டே கழுவேற்றப்படுவாய்' என்று சபிக்கிறார். பார்வதி அவனுக்கு சாகாவரம் கொடுத்ததால் பரமன் கோபங்கொண்டு 'நீ பூலோகத்திலேயே தங்கியிருப்பாயாக' என்று சபித்து அவன் கழுவிலிருக்கும் சமயம் சாப விமோசனம் உண்டாகும் என்று கூறி மறைகிறார்.

பார்வதி 'காமாக்ஷி' என்னும் பெயருடன் கம்பா நதிக்கரையில் நிஷ்டையிலிருக்கும் சமயம் கணபதி காத்தவராயனின் கடைசி ஜன்மக் குழந்தையை அவ்வம்மையார் பக்கத்தில் வைத்து விட்டு மறைகிறார். காமாக்ஷியின் சம்மதத்துடன் அக்குழந்தை கொல்லிமலை வேடுவக் கன்னியரால் வளர்க்கப்படுகிறது.

இளைய கன்னி புத்தூர் அரசன் ஆர்யப்பூராஜன். மந்திரி அப்பாப் பட்டருக்கு புத்திரியாகப் பிறந்து ஆர்யமாலா என்னும் பெயருடன் இளவரசியாக வளர்க்கப்படுகிறாள்.

வேடச்சேரியில் வளரும் காத்தவராயன் வாலிபப் பருவம் அடைந்ததும் அவனது தாயார் காமாக்ஷியைக் கண்டு,அருள் பெற்று தேச ஸஞ்சாரம் செய்யும்போது மலையாளத்தில் சின்னான் என்னும் மாந்திரீகனை மோடியில் ஜெயித்து அடிமையாக்கிக் கொண்டு திரும்புகிறான்.

ஆர்யமாலாவிடம் அளவு கடந்த காதல் கொண்ட காத்தவராயன் ஸ்ரீகிருஷ்ணமூர்த்தியின் சகாயத்தால் கள்ளத்தனமாய் மாலாவுக்கு மாங்கல்யம் தரித்துச் செல்கிறான். அதானல் கழுவிலேற்றப்படும்படி அரசன் கட்டளை ஏற்படுகிறது. கழுவிலிருந்து ஓலமிடுகிறான். பரமன் அனுக்கிரகத்தால் கழுமேடை மணமேடையாகி ஆர்ய மாலாவுக்கு மாலையிடுகிறான்.

சுபம்

'ஆர்யமாலா' படம் இன்று காணக்கிடைக்கிறது. எனினும், கதைச் சுருக்கத்தை அளித்ததற்கு காரணம் இருக்கிறது. படத்தைப் பார்த்துவிட்டு கதைச்சுருக்கத்தை படித்தபோது அவற்றிற்கிடையே இடைவெளி இருந்ததை உணர முடிந்தது. அதாவது, நன்கு தொடர்புறுத்தும் வகையில் படங்கள் வளர்ச்சி பெற்றிருக்கவில்லை

என்று கருதுவதற்கான ஒரு வாய்ப்பாகக் கொள்ளலாம். புரிந்து கொள்வதற்கு நல்ல பயிற்சி வேண்டும் என்றும் சொல்லலாம்.

ஆர்யமாலா படத்தில் ஒரு காட்சி. வில்லனாக நடித்த டி.எஸ்.பாலையா, நாயகி பி.எஸ்.சரோஜினியை உடல் வேட்கையோடு நெருங்க முயல்வார். அப்போது நாயகி 'நெருங்காதே சுட்டுவிடுவேன்' என்பார். அதற்கு பாலையா, "ம். நெருப்பு என்னை என்ன செய்யும்... சுட்டு எரித்துச் சாம்பலாக்கும் அவ்வளவுதானே..." என்பார். இந்த வசனம் மிகவும் வரவேற்பையும் கைதட்டல்களையும் பெற்றது.

தீயவனாக நடிக்கும் கதாபாத்திரம் இக்காட்சியில் கீழ்த்தரமாக பேசாமல் சுத்த வீரனாக, நாயகத் தன்மையுடன் பேசி தன்னுடைய காதலின் தீவிரத்தையும் உணர்த்தும் ஒரு வசனமல்லவா இது?

மந்திரி மகள்தானே என்று துணியும் சேனைத் தலைவனை, 'இது இளவரசியின் ஆணை' என்ற அவளின் பேச்சுதான் காதல் மயக்கத்திலிருந்து அவனை விடுவிக்கிறது.

பி.யு.சின்னப்பா உத்தம புத்திரனில் நாயகனாகி வளர்ச்சி பெற்ற நிலையில் அதை மேலும் வளர்த்த படம் ஆர்யமாலா.

கல்கி இதழைத் துவக்கிய சாவித்ரி

சாவித்ரி (1941)

G.சரஸ்வதி, ஷாந்தா ஆப்தே, (இருவருக்கும் இடையில் பின் வரிசையில் நிற்பவர் V.N.ஜானகி) T.S.கிருஷ்ணவேணி.

சாவித்ரி படத்தின் வெற்றியில் கிடைத்த பணத்தின் மூலமாகவே கல்கி இதழ் துவங்கப்பட்டதாக வாமனன் எழுதியிருக்கிறார். சாவித்ரி படத்தில் எம்.எஸ்.சுப்புலக்ஷ்மி உட்பட Y.V.ராவ், ஷாந்தா ஆப்தே ஆகியோர் நடித்த படம். புகழ்பெற்ற வட நாட்டு நடிகையான ஷாந்தா ஆப்தே சாவித்ரி படத்தில் தமிழில் பேசிப்பாடி நடிப்பதற்காக தமிழைக் கற்றுக் கொண்டார். இத்தனைக்கும் அப்போது டப்பிங் வசதி வந்துவிட்டிருந்தது. இவருக்கு தமிழ் கற்றுத் தந்த இருவரில் வடிவேல் நாயகரும் ஒருவர்.

ஹரிச்சந்திரா

கண்ணாம்பா, எம்ஜிஆர், சேதுராமன், பி.யு.சின்னப்பா

நடிகை கண்ணாம்பா மற்றும் அவரது கணவரும், திரைப்பட இயக்குனருமான கே.நாகபூஷணம் ஆகிய இருவரின் படநிறுவனம் ராஜராஜேஸ்வரி பிக்சர்ஸ். இந்த நிறுவனத்தின் தயாரிப்பாக முதலில் உருவான தமிழ்ப்படம் ஹரிச்சந்திரா. இதனை இயக்கியவர் கே.நாகபூஷணம். ஜெமினி ஸ்டுடியோவில் படமாக்கப்பட்டது. ஜெமினி பிக்சர்ஸ் நிறுவனமே வினியோகமும் செய்தது. இயக்குனர், நடிகர்கள் தவிர்த்து மற்ற கலைஞர்கள் அனைவருமே ஜெமினி நிறுவனத்தினர்தான். இப்படத்தில் எம்ஜிஆர் குறிப்பிடத் தகுந்த பங்களிப்புடன் கூடிய பாத்திரத்தில் நடித்திருக்கிறார் என்பதும் குறிப்பிடத் தகுந்தது. இன்றும் காணக்கிடைக்கக்கூடிய படம்.

லோகிதாசனாக நடித்த மாஸ்டர் T.V. சேதுராமன், பிற்காலத்தில் பின்னணிப் பாடகர்.

ஜெகதலப்ரதாபன் (1944)

1941-ல் வெற்றிகரமாக ஆர்யமாலா ஓடிக்கொண்டிருந்தபோதே ஜெகதலப்ரதாபன் திட்டமிடப்பட்டு விளம்பரப்படுத்தப்பட்டுள்ளது. 2-ஆம் உலகபோர் சூழலின் தாக்கம் ஒருவேளை தாமதத்திற்கு காரணமாகியிருக்கலாம்.

ஜெகதலப்ரதாபன் பட டைட்டிலிலோ, பாட்டு புத்தகத்திலோ வடிவேலு நாயகர் பெயர் இடம் பெற்றிருக்கவில்லை. அதே வேளையில் வசனகர்த்தா என்றும் யாரையும் குறிப்பிடவுமில்லை. பலரும் இந்தப் படத்திற்கு வசனம் வடிவேலு நாயகர் என்றே மாற்றமின்றி குறிப்பிட்டிருக்கின்றனர். ஆர்ய மாலா படத்தின் தயாரிப்பாளர்களே இந்தப் படத்திற்கும் தயாரிப்பாளர்கள். அந்தக் குழு அப்படியே 100 விழுக்காட்டினரும் இடம் பெற்றார்கள் என்று விட்டல் ராவ் குறிப்பிட்டிருக்கிறார். திருச்சியில் தொடர்ந்து ஒரே திரையரங்கில் (ராஜா டாக்கீஸ்) 52 வாரங்கள் (ஓராண்டு) ஓடிய வெற்றிப் படம் ஜெகதலப்ரதாபன்.

துளசி ஜலந்தர் (1947)

ராஜராஜேஸ்வரி ஃபிலிம்ஸின் தயாரிப்பில் 2 ஆவது தமிழ்ப் படமாக அமைந்தது துளசி ஜலந்தர். ஜெமினி ஸ்டுடியோவில் படமாக்கப்பட்டது.

நடிகர்கள்

பி.யு.சின்னப்பா - ஜலந்தர்
கண்ணாம்பா - பிருந்தை
கொத்தமங்கலம் சீனு - நாரதர்
ஆர்.பாலசுப்ரமணியம் - பாதாள கேது
ருஷ்யேந்திரமணி - இந்திராணி
நடராஜ் -- மாயா
சகுந்தலா -- மாலா சுந்தரி
எஸ்.வரலக்ஷ்மி, டி.எஸ்.துரைராஜ், டி.எஸ்.ஜெயா மற்றும் பலர்

பி.யு.சின்னப்பா கண்ணாம்பா - துளசி ஜலந்தர் படத்தில்.

இசை - எம்.டி.பார்த்தசாரதி
ஒளிப்பதிவு - தம்பு
கதை, திரைக்கதை, வசனம் - டி.சி.வடிவேலு நாயகர்
பாடல்கள் -- பாபநாசம் சிவன்
எடிட்டிங் -- என்.கே.கோபால்
தயாரிப்பு - இயக்கம் - கே.நாகபூஷணம்

துளசி ஜலந்தர்- கதைச் சுருக்கம்

பூலோகத்தில் வசிக்கும் ஜலந்தர் என்னும் அசுரன் (பி.யு. சின்னப்பா) பாதாள உலகை வெற்றிகொள்கிறான். மமதையால் தன் மனைவி பிருந்தையை (கண்ணாம்பா) வெறுத்து ஒதுக்குகிறான். அவரை ஆறுதல் படுத்துகிறார் அசுரகுரு சுக்கிராச்சாரியார். ஜலந்தரின் சேஷ்டைகள் தொடருகின்றன. ஒரு பிராமணரின் மனைவியை மானபங்கப் படுத்துகிறான். இதனால் பேராபத்து வரும் என்று குரு எச்சரிக்கிறார். கேட்பதாயில்லை ஜலந்தர். ஜலந்தரின் மனைவி தன் கணவனுக்கு கெட்டது எதுவும் வரக்கூடாது என சிவபெருமானை நோக்கி தவம் இருக்கிறாள். சிவன் தோன்றி, ஜலந்தரின் சடையில் இருக்கும் விஜய சங்கு அங்கு இருந்து விழாத வரையிலும், உன் கற்புக்கு பங்கம் வராத வரையிலும் அவனுக்கு ஆபத்து நேராது என வரமளிக்கிறார்.

ஜலந்தரின் பார்வை இப்போது இந்திரலோகம் நோக்கித் திரும்புகிறது. பாதாள லோக அரசனை தளபதியாகக் கொண்டு இந்திரலோகம் மீது போர் தொடுக்கிறான். இந்திரன் அலறி ஓட

துளசி ஜலந்தரில்
நடராஜ் சகுந்தலா

இந்திராணியை மானபங்கப் படுத்தப் பார்க்கிறான். அப்போது அங்கு தோன்றும் ஜலந்தரின் மனைவி கெஞ்சவே, விட்டு விடுகிறான்.

வெற்றிப் பயணம் மேற் கொள்ளும் போது, குளத்தில் நீராடிக் கொண்டிருக்கும் இந்திர லோக அழகிகளைப் பார்க்கிறான். காமம் தலைக்கேற அவர்களை விரட்டுகிறான். ஒருகன்னி மாட்டிக் கொள்கிறாள். அப்போது நாரதர் தன் சித்து விளையாட்டால் அவளைவிட அழகியாக தோன்றுமாறு மன்மதனை மாற்றி ஜலந்தர் கண்ணில் பட வைக்கிறார். உடனே ஜலந்தர் மன்மதனிடம் செல்ல, அவனோ இவனை மயக்கி அவன் தலையில் இருக்கும் விஜய சங்கை கவர்ந்து கொண்டு கைலாயத்துக்கு ஓடிவிடுகிறான்.

ஜலந்தரும் விடாமல் துரத்திக் கொண்டு கைலாயம் செல்ல, அவன் கண்ணுக்கு பார்வதி தேவியே அந்த அழகியாக தெரிய தொட்டு விடுகிறான். சும்மா இருப்பாரா சிவன்?. நெருப்பில் தூக்கியெறிகிறார். அதே சமயத்தில் மன்மதன் ஜலந்தர் வேடத்தில் உருவெடுத்து அவன் மனைவி பிருந்தையின் கற்புக்கு பங்கம் விளைவிக்கிறான். ஜலந்தரைக் கொல்ல இருக்கும் இரண்டு தடையும் நீங்கிவிட்டதால் சிவபெருமான் ஜலந்தரைக் கொல்கிறார். அவன் தலை விழுந்து துளசி செடியாக மாறுகிறது. அவனுக்கும் அவன் மனைவிக்கும் சாப விமோசனம் கிடைக்கிறது.

(நன்றி- முரளிகண்ணன்)

'தமிழ் சினிமாவின் பரிமாணங்கள்' என்னும் நூலில் எழுத்தாளர் விட்டல்ராவ் இந்தக் கதையை இன்னும் விரிவாக எழுதியிருக்கிறார். மேலும், துளசி ஜலந்தரை வெகுவாகப் புகழ்ந்து, மறு ஆக்கம் செய்ய வேண்டும் எனவும் பரிந்துரைத்திருக்கிறார்.

1947 துளசி ஜலந்தருக்குப் பிறகு, வடிவேலு நாயகர் எந்தப் படத்திலும் பங்காற்றியதாக, எமக்கு இதுவரை விவரம் இல்லை.

B.N.சர்க்கார்

12.7.1953 அன்று திருவல்லிக்கேணி நேஷனல் பெண்கள் உயர் நிலைப் பள்ளியில் நடைபெற்ற தென்னிந்திய நடிகர் சங்க விழாவைத் துவக்கி வைத்து நிகழ்வில் துவக்கவுரை ஆற்றியுள்ளார். மூத்த நடிகர் மற்றும் நாடகாசிரியர் என்ற முறையில் சிறப்பிக்கப்பட்டுள்ளார். இவரைப் போன்றே பழம்பெரும் இயக்குனரான எச் எம் ரெட்டி. தலைமை வகித்திருக்கிறார். பி.என். சர்க்கார் இன் நிகழ்வில் கலந்துகொண்டு சிறப்பித்தார்.

தொகுப்புரை

மௌனப்படங்களில் மொழிக்கு என்ன வேலை? என்றொரு கேள்வி எழலாம். ஆனால், மௌனப் படங்களில் காட்சிகளை விளக்கும் வகையில் அவ்வப்போது எழுத்தில் கதையையும் காட்சிகளையும் விளங்கும்படி காட்டியிருக்கின்றனர். (பேசும் படங்களிலேயே இந்த நிலையைப் பார்க்க முடிகிறது) . டைட்டில் கார்டில் மொழி பயன்படுத்தப்பட்டிருக்கிறது. நடிகர்கள் பேசியே நடித்துள்ளனர். ஒலிப்பதிவு இல்லாததால் உதட்டசைவாக மட்டுமே சினிமாவில் எஞ்சியது. சென்னை மாகாணத்தைச் சேர்ந்தவர்கள் பேசும் படங்களுக்கு முன்பே மௌனப்படங்களை இயக்கியவர்கள் பலர் உண்டு. பேசும்படம் என்று கணக்கில் எடுக்கும்போது வடிவேலு நாயகர் பங்களிப்பு முந்துகிறது என்பதாலேயே அவரை பேசும் பட முதல்வர் என்று சிறப்பிக்கிறோம்.

பேசும்படங்களைத் திரையிட சென்னை நகரம் உட்பட மாகாணத்திலேயே விரல் விட்டு எண்ணிவிடக்கூடிய அளவில் சில திரையரங்குகள் மட்டுமே ஒலி வசதி பெற்றிருந்தது. அவ்வாறு ஒலி வசதி செய்யப்பட்டவற்றுள் சில திரையரங்கங்கள் அன்னிய நாட்டுப் படங்களை மட்டுமே திரையிட்டது இந்திய மொழிப்படங்களை பிற்காலத்திலும் கூட வெளியிடாத நிலை.

1931-ல் வெளியான காளிதாஸ் திரைப்படம் அர்தேஷிர் இரானி, எச்.எம்.ரெட்டி ஆகியோரின் பங்களிப்பில் வெளியானது. நாயகன் தெலுங்கில் பாட, நாயகி தமிழில் பாட உருது, ஹிந்தி ஆகிய பன்மொழி பேசிய படம். அதுபோலவே குறத்திப் பாட்டு, நடனம், கதர் ஆதரவுப் பாடல்கள், காளிதாஸ் என்று 3 துண்டுப் படங்கள் கலந்த ஒரு தொகுப்பான படம். மேலும், ஆலம் ஆரா என்ற

முதல் ஹிந்திப் படத்தின் பக்க விளைவு என்றும் சொல்லலாம். தென்னிந்தியாவையும் சென்று சேர வேண்டும் என்ற நோக்கில் ஆலம் ஆராவுக்கு பயன்படுத்தப்பட்ட கலை அலங்காரம் (set) காளிதாஸ் படத்தில் பயன்படுத்தப்பட்டன. சில நடிகர்களும் 2 படங்களிலும் பொதுவானவர்கள் என்று தெரிகிறது.

ஆனால், காளிதாஸ் வெளியான சில மாதங்கள் சென்றபின் வெளியான ராஜா ஹரிச்சந்திராவும், காலவ மஹரிஷியுமே முழுமையான தமிழ் பேசிய படங்கள் மற்றும் தமிழிலேயே எடுக்க வேண்டும் என்ற முனைப்போடு செய்த முதல் மற்றும் முழுமையான முயற்சியாகும். இப் படத்தின் இயக்கத்தில் பங்கெடுத்த சர்வோத்தம் பாதாமி மராட்டியர் ஆவார். அந்த வகையில் முதல் தமிழ் டைரக்டர் என்று வடிவேலு நாயகரை குறிப்பிடலாம்.

ராஜா ஹரிச்சந்திரா படத்தில் வண்ணக் காட்சிகள் சேர்க்கப்பட்டதாக சான்றுகள் கிடைக்கின்றன. அந்நாட்களில் வண்ணக்காட்சிகள் சேர்க்க வெளிநாடுகளையே நம்ப வேண்டிய நிலை. ஒருவேளை, வண்ணம் சேர்க்க வெளிநாட்டு உதவியை நாடியிருக்கலாம். அப்படியானால், தாமதத்திற்கு அது காரணமாகியிருக்கலாம். அதுவே, காலத்தால் முந்திய பெருமையை அடையவிடாமல் தடுத்திருக்கலாம். தற்போதைக்கு ஊகங்களாக மட்டுமே இவற்றை சொல்ல முடிகிறது.

பல நடிகர்களை, கலைஞர்களை முதலில் அறிமுகப்படுத்திய பெருமையும் வடிவேலு நாயகரைச் சேர்கிறது. காளிதாஸ் படத்தில் தமிழில் பேசவேயில்லை என்று கல்கி எழுதியுருக்கிறார். ஆகையால், முதல் உரையாடலாசிரியர் (வசனகர்த்தா) டி.சி.வி. நாயகர் என்பதும் பொருந்துகிறது.

மேலும், பின்னர் வந்த பல படங்களுக்கெல்லாம் முன்பே முதலில் வந்த படங்களில் பங்கெடுத்தவர் என்ற பல வகைமைகளிலும் பொருத்தி வடிவேலு நாயகரை முதல் தமிழ் டைரக்டர் என்று சிறப்பித்து வர்ணிக்கலாம்.

வடிவேலு நாயகர் பெயர் இருக்க வேண்டிய இடங்களிலேயே இல்லை என்பதுதான் பரவலான தேடுதலில் கண்டடைந்த ஓர் உண்மை. அதாவது, அவர் தன்னுடைய பெயரை முன்னிறுத்திக் கொள்வதை விரும்பாதவராக இருக்குமோ என்று யோசிக்க வைக்கிறது. போலவே, தன்னுடைய பங்கை குறைத்துக் காண்பித்திருக்கிறார் என்றும் எண்ண வேண்டியதாகிறது. பழைய ஆவணங்களில் இவர் தொடர்புடைய பொது நிகழ்ச்சிகளிலிருந்து, சினிமாப் பங்களிப்புவரை இவரின் பெயர் அரிதாகவே வெளிச்சத்திற்கு வந்திருக்கிறது. கல்லூரிப் பணியில் இருந்ததாக

MISS LEELA & RAJA SANDOW
IN
"PRIDE OF HINDUSTAN" an Associated Films.

D. B. Mansata Film
Hiring Service.

மௌனப்படக் காலத் தமிழ் நடிகர்களின் அரிய புகைப்படம்

ராண்டார் கை குறிப்பிட்டிருக்கிறார். பணியின் காரணமாகக்கூட பெயர் இடம் பெறுவதைத் தவிர்த்திருக்கலாமோ என்றும் ஐயுற வேண்டியதாகிறது.

பெரும்பாலான படங்கள் புராணக் கதைகளையே அந்தக் காலத்தில் படமாக்கப் பட்டதால், கதைக்கு அந்தக் கால ஆட்கள் யாரும் உரிமை கோரமுடியாது. வடிவேலு நாயகர் பங்காற்றிய பல படங்களும் புராண மற்றும் பழைய நாடகங்களில், பேசாப்படங்களில் இடம்பெற்ற கதைகளே. எனினும் திரைக்கதை, வசனம் ஆகிய பங்களிப்பை அவருடைய எல்லா படங்களிலும் செய்திருக்கிறார்.

திரைக்கதை (ஸினரியோ என்று அந்நாட்களில் குறிப்பிடப்பட்டது) என்று தனியாக குறிப்பிடும் வழக்கம் அப்போது பரவலாக இல்லை. வடிவேல் உ நாயகர் படங்கள் பலவற்றிலும் ஸீனரியோ பற்றி யாரையும் குறிப்பிடவில்லை. எனவே, வடிவேலு நாயகர் பங்காற்றிய படங்களின் திரைக்கதை எழுத்தாளர் வடிவேலு நாயகரே என்பது விளங்கும். அந்தக் காலத்தின் குறிப்பிடத் தகுந்த திரைக்கதை எழுத்தாளர் மற்றும் வசனகர்த்தாவானவர் வடிவேலு நாயகர்.

முதல் தமிழ் பேசும் பட இயக்குனர், ஹரிச்சந்திரா, சக்குபாய், பிரகலாதா, ஆர்யமாலா (காத்தவராயன் கதை) போன்ற படங்கள் பின்னர் நிறைய வந்தாலும், பேசும் படங்களில் முதலில் பங்காற்றியவர் வடிவேலு நாயகர். Casting Director என்று சொல்லக் கூடிய வகையில் எத்தனையோ பேரை திரைத் துறையில் முதலில் அறிமுகப்படுத்தியவர். இப்படி ஏராளமான முதன்மைகளுக்குச் சொந்தக்காரர் பேசும்பட முதல்வர் வடிவேலு நாயகர்.

புதிய பட நிறுவனங்கள், தயாரிப்பாளர்கள், இயக்குனர்கள் போன்றவர்களுக்கு கலைத்துறையில் அனுபவமுள்ளவராக துணை நின்று தமிழ் சினிமாவின் வளர்ச்சிக்கு பங்காற்றியிருக்கிறார்

எழுத்து, நடிப்பு போன்ற கலைத் துறைகளில் மட்டும் கூடுதலாக பங்காற்றி,தொழில் நுட்பம் மற்றும் இயக்கம் ஆகியவற்றிலிருந்து விலகிக் கொண்டதுபோல் தெரிகிறது. ஆனபோதிலும், இவர் தனித்தே பட்டினத்தார்,கவிரத்ன காளிதாஸ், மற்றும் விக்ரம ஸ்திரீ சாஹஸம் & (நவீன ஸ்த்ரீ சாஹசம் - நகைச்சுவை துண்டுப்படம்) ஆகிய படங்களை இயக்கியது தெரிகிறது. அந்தக் கால வழக்கப்படி ஏற்கனவே உள்ள புராண, சமயக் கதைகளையே தேர்ந்து திரைக்கதை அமைத்து பேசும் படங்களாக்கியபோதும், சொந்தக் கற்பனையானாலான சதிமுரளி, துளசி ஜலந்தர் போன்ற கதைகள் இன்றைக்கும் பாராட்டப்படுகிறது.

ஆர்யமாலா, ஜகதலப்ரதாபன், சதிமுரளி போன்ற படங்களின் கதைகளையும், அவற்றை தேர்ந்தெடுத்ததையும் கவனிக்கும்போது ஒன்றை உணரலாம். சாதிய ஏற்றத் தாழ்வுகளை எதிர்க்கும் ஒரு களமாகவே இவை இருக்கின்றன. பெயருக்குப் பின்னால் சாதிப் பெயரைப் போட்டுக் கொள்வதையே வழக்கமாக வைத்திருந்த அந்தக் காலத்தில் இப்படி சாதிய ஏற்றத் தாழ்வுகளுக்கு எதிரான படங்கள் எடுக்கப்பட்டதில் வடிவேலு நாயகரின் பங்களிப்பை அறிய முடிகிறது.

சுகுண விலாச சபையினர் விடுதலை இயக்கத்துக்கு ஆதரவான நாடகங்களை பொதுவாக நடித்ததில்லை என்று தெரிகிறது. அங்கிருந்தே வந்தவரான வடிவேல் நாயகர் தொடர்புள்ள படங்களும் விடுதலை இயக்கக் கதைப்படங்களாக இல்லை. மாறாக,

விடுதலைக்குப் பிறகும், இன்றும் நீடிக்கும் பெண்ணுரிமை,சாதிய சமத்துவம் ஆகியவற்றை உள்ளடக்கமாகக் கொண்டிருக்கிறது.

பார்ப்பனர்கள் அல்லாதவர்களும் அன்று பார்ப்பனர்களைப் போல் பேசியது, அன்றே புகழ் பெற்ற வசனகர்த்தா இளங்கோவன் படங்களிலும் காணப்படுகிறது. ஆனால், அது மாதிரியான வசனங்களை வடிவேலு நாயகர் படங்களில் பார்க்க முடியவில்லை.

நாகசுர மேதை டி.என்.ராஜரத்தினம் பிள்ளை அறிமுகம், நாட்டியக் கலைஞர் காஞ்சிபுரம் கண்ணம்மாள், ரமாமணி பாய் போன்ற ஏராளமானவர்களை திரையுலகிற்கு அழைத்து வந்ததன் மூலம் அந்தக் கலைஞர்கள் எல்லாத் தரப்பு மக்கள் முன்னும் பரவலான கவனம் பெற்றனர். அதேவேளையில், திரைப்படத்தில் நடிப்பது இழிவு என்றும் கூத்தாடிகள் என்றும் விமர்சிக்கப்பட்ட தீவிரமான காலக்கட்டத்தில் கலை மேதைகள் பங்கேற்பு மூலம் சினிமாவில் கலைத்தன்மையை சேர்த்து சினிமாவுக்கும் பெருமை தேடித் தர துணை நின்றிருக்கிறார்.

தமிழ் நாடு இயல், இசை, நாடக மன்றம் கலைஞர்களுக்கு விருதுகள், பொற்கிழி அளித்தல், திருவுருவப் படங்கள் திறந்து வைத்தல் போன்ற சிறப்பு மரியாதைகளைச் செய்யும் தன்னுடைய பணியில் 1985-86ல் டி.சி.வடிவேலு நாயகர் அவர்களுடைய திருவுருவப் படத்தையும் திறந்து சிறப்பித்துள்ளது.

புகைப்படங்கள் & படக்காட்சிகள்

பாப்பா லக்ஷ்மி காந்தம்

எம்.ஆர்.கிருஷ்ணமூர்த்தி   கண்ணாம்பா

வி.ஏ.செல்லப்பா

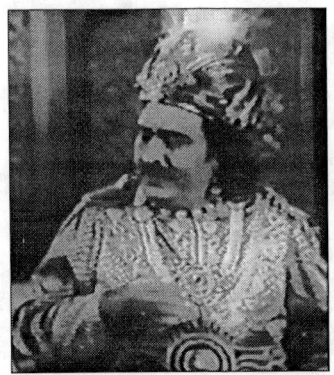

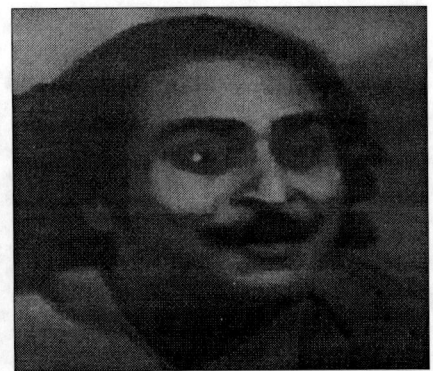

P.B.ரங்காச்சாரி

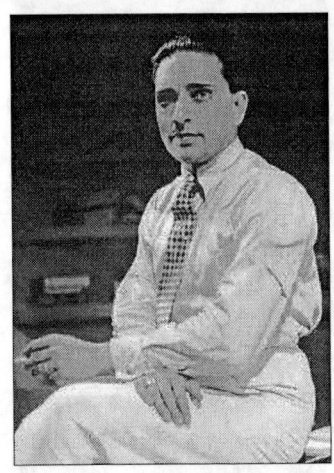

டைரக்டர் ஒய்.வி.ராவ்

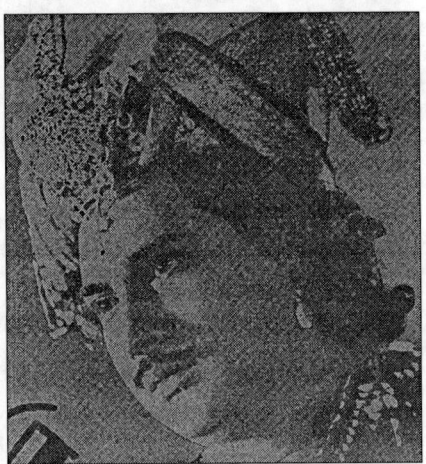

டி.எஸ்.சந்தானம்

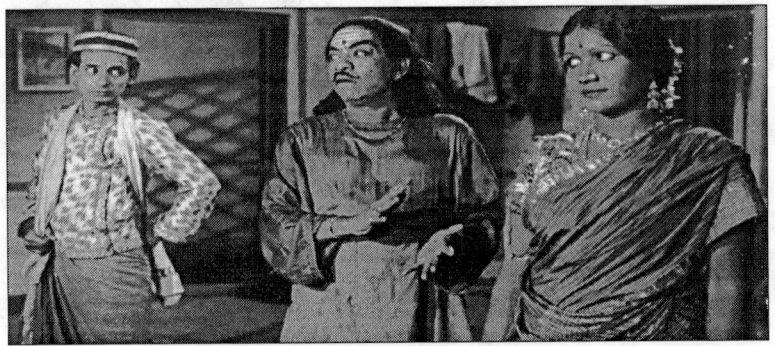

எம்.ஈ.மாதவன், காளி என்.ரத்தினம், பி.எஸ்.ஞானம்

டி.ஏ.ஜெயலக்ஷ்மி

எம்.எஸ்.சுப்புலக்ஷ்மி

எஸ். வரலக்ஷ்மி, வி.என். ஜானகி

சி.எஸ்.சாமண்ணா

எம்.எஸ்.முருகேசன்

சொக்கலிங்க பாகவதர் (அரிய புகைப்படம்)

பஃபூன் சண்முகம்

எல்.நாராயண ராவ், பி.ஆர்.மங்களம்

என்.எஸ்.கிருஷ்ணன்

டி.ஏ.மதுரம்

ஏ. சகுந்தலா, பி.யு. சின்னப்பா இருவரும் சேர்ந்து நடிக்கும்போது காதலித்து திருமணம் செய்துகொண்டனர். இருவரும் வடிவேலு நாயகர் படங்களில் இடம்பெற்றவர்கள்.

நன்றி - பெ.வேல்முருகன்

ஹரிச்சந்திரனில், மாஸ்டர் டி.ஆர்.மகாலிங்கம்

பி.யு.சின்னப்பா

டி.எஸ்.கிருஷ்ணவேணி

ருஷ்யேந்திரமணி

யு.ஆர்.ஜீவரத்னம்

பி.ஆர்.மங்களம்

நாகர்கோயில் கே.மகாதேவன்

டி.வி.ராஜசுந்தரி

கே.எஸ்.அங்கமுத்து

சட்டாம்பிள்ளை வெங்கட்ராமன்

சட்டாம்பிள்ளை வெங்கட்ராமன்

சி.வி.வி.பந்துலு

எம்.கே.ராதா

சி.வி.வி.பந்துலு

ஷாந்தா ஆப்தே

எம்.ஆர்.சந்தான லக்ஷ்மி

எல்.நாராயண ராவ்

T.V.ராஜசுந்தரி பாய் T.S.கிருஷ்ணவேணி(விப்ர நாராயணா)

எம்.எஸ்.ராதாபாய் ஹரிசங்கர பாகவதர்

கிருஷ்ணப்பா

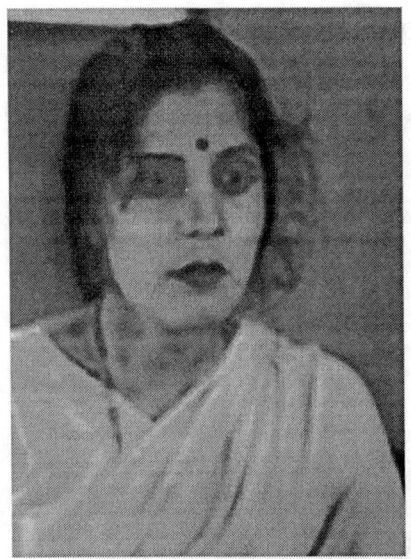 

ஜி.சரஸ்வதி   ஜே.சுசீலா

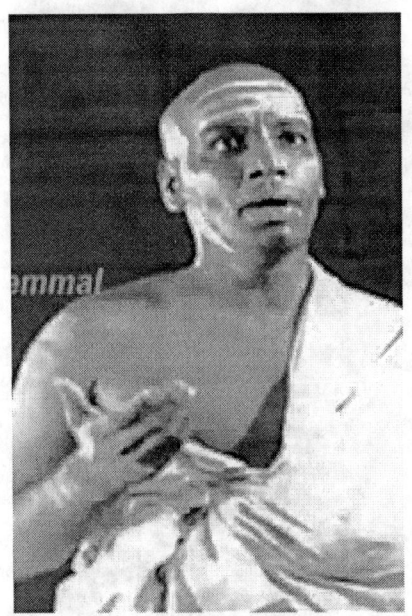 

எம்.கே. கோபால அய்யங்கார்   புலியூர் துரைசாமி அய்யர்
(மதன காமராஜன் படக்காட்சி)

சி.எஸ்.செல்வரத்தினம் பிள்ளை

டி.கே.ருக்மணி

R.B.லக்ஷ்மி தேவி

M.S.ராதாபாய்

சிறுகளத்தூர் சாமா

டி.எம்.எஸ்.சாரதாம்பாள்

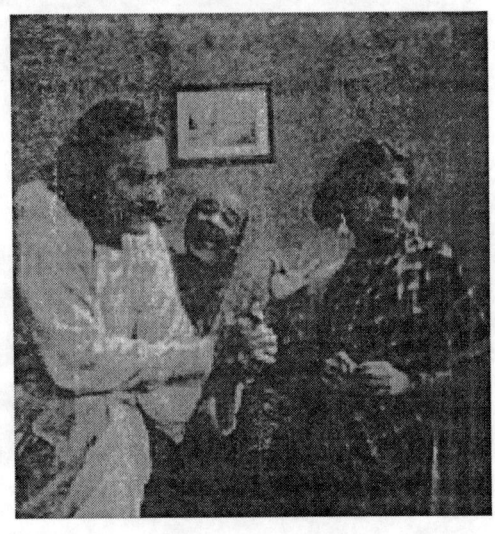
சி.எஸ்.டி.சிங், எல்.நாராயணராவ், டி.எஸ்.ஜெயா

டி.வி.லோகநாயகி - காளிதாஸ்

பி.ஜி.வெங்கடேசன்

கே.சாரங்கபாணி

சக்குபாய் படத்தில்...

சி.வி.வி.பந்துலு

காளிதாஸ் படத்தில்...

திரைவானத்தை ஜ்வலிக்கும் ஒளியால் பொலிவுறச்
செய்யுங்கள்

கவிரத்ன காளிதாஸ்

கதாநாயகர் —உங்கள் கவனத்தைத் தன்னிடம் கவர்ந்து செல்வார்
கதாநாயகி —உங்கள் உள்ளத்தைத் துள்ளிக் குதிக்கச் செய்வாள்
ஹாஸ்ய நடிகர்கள்—உங்களை உற்சாகப் படுத்துவர்

கூட்டத்தைக்
களிக்கச் செய்ய   நாதஸ்வரக் கச்சேரி   ஒன்றே போதும் !

கண்களுக்கு
செவிகளுக்கு } இன்பந் தரும் !   கூடிய சீக்கிரம் சகல பிரபலக் கொட்டகை
மனதிற்கு   களிலும் வெளியாக விருக்கிறது

ஜில்லா உரிமைகளுக்கும் புக்கிங்குகளுக்கும் எழுதுக :—

கணேஷ் பிலிம்ஸ்

20, சுங்குராம செட்டி தெரு,   : :   சென்னை

P.T. நாகபூஷணம்

என்.எஸ்.ரத்னாம்பாள்
(டூஃபான் குயின் படத்தில்)

'காளிதாஸ்' கணேஷ் பிலிம்ஸ்

'மீராபாய்' - எ.எம்.கம்பெனி

விரைவில் வெளிவரத் தயாராகின்றது!

இவ்வருடத்திய சிறந்த படக்காக்ஷி!

டைரக்டர்கள்: ஏ. நாராயணன், டி.சி. வடிவேலுநாயக்கர்

ஏ. எம். கம்பெனியாரால்

வெளியிடப்படுகின்ற

சென்னை சீனிவாச சினிடோனில் தயாராகும்

மீராபாய்

ஸ்ரீ கிருஷ்ணபிரான்

பக்தி விளக்கும்

பிரபலமான

கதை

நடிகர்கள்

—

T.S. சந்தானம்

C.V.V. பந்துலு

கொத்தமங்கலம்

சீனிவாசன்

—

ஜோக்கர் ராமுடு . . .

காமெடியன்

ஏ. கோபாலராவ்

9-வயது தன்னை சங்கீத வித்வான்

மாஸ்டர் சந்திரசேகரன்

—

டி. வி. ராஜ சுந்தரிபாய்

. . . அங்கமுத்து

தயாராகின்றவை:—

தமிழ்

பாண்டவ அஞ்ஞாதவாசம்

டைரக்டர் : ஏ. நாராயணன்.

" விக்ரமஸ்திரிசாகசம்

டைரக்டர்: டி. சி. வடிவேலுநாயக்கர்.

தமிழ் மாணிக்கவாசகர் . .

" சுந்தரமூர்த்தி நாயனர் .

தெலுங்கு ஸ்ரீ கிருஷ்ண நாரதி

விபரங்களுக்கு :

ஏ. எம். கம்பெனி,

2/5 வானல்ஸ் ரோடு, :: :: :: எழும்பூர் சென்னை.

போன் : 8332. (எழும்பூர் ரயில்வே ஸ்டேஷனுக்கு எதிரில்) தந்தி : "MAIWA"

எதிர்பாருங்கள்
பக்ஷிராஜா பிலிம்ஸ்
ஜகதலப்ரதாபன்
சின்னப்பா
ஸரோஜினி · ஜீவரத்தனம் · வரலக்ஷ்மி.
ஸந்தானலக்ஷ்மி · கிருஷ்ணன் · மதுரம்
Directed by S.M. SRIRAMULU NAIDU
a NARAYANAN Co. Release

வந்துவிட்டது! வந்துவிட்டது!!

பெண்களின் சாகசத்தைத் திரையில் காணத் தகுந்த
சமயம் நெருங்கி வந்து விட்டது.

திருநெல்வேலி
பாப்பா லெக்ஷிமிகாந்தம்
T. K. சுந்தரப்பா, * M. S. முருகேசன்
முதலியோர் நடித்த

— விக்ரம ஸ்திரீ சாகசம் —

குயிலினிய கானம்! உயர்ந்த செட்டிங்! பரவசமடையும் நடிப்பு!

ஆயிரம் முகம் படைத்த
ராம்குமார்

டைரக்ஷன்:
T. C. V. நாயக்கர்.

CHINNAPPA
KANNAMBA
KRISHNAN...MATHURAM in
SRI RAJA RAJESWARI PICTURES'
HARISCHANDRA
Now
RUNNING 6TH WEEK AT
MADRAS — SUN & CROWN
BANGALORE — OPERA
MADURA — NEW CINEMA
TRICHY — MURUGAN
KARAIKUDI — RAMAVILASAM
2nd Week at — RADHA
VIRUDUNAGAR — PIONEER
at NAGERKOIL
at PONDICHERRY — Commercial
at MAYAVARAM — Sundaram
Direction:
K. NAGABUSHANAM
Dialogues:
T. C. VADIVEL NAICKER
Songs:
C. A. LAKSHMANA DAS
a
GEMINI
RELEASE

Now under Production
BHARANI & BALAJI PICTURES
Proudly offer you
T.R.MAHALINGAM & BHANUMATI...
T.R.RAMACHANDRAN...R.BALASUBRAHMANYAM
in
PULANDIRAN
in TAMIL...
a folklore popularly known as
Pulandirankalavu...
Direction
RAMAKRISHNA
VADIVEL NAICKER
Story & Dialogues
VADIVEL NAICKER
Songs...SIVAN
Studio NEWTONE
Producers
BHARANI & BALAJI PICTURES 3. RAJAMMAL St. T.NAGAR, MADRAS

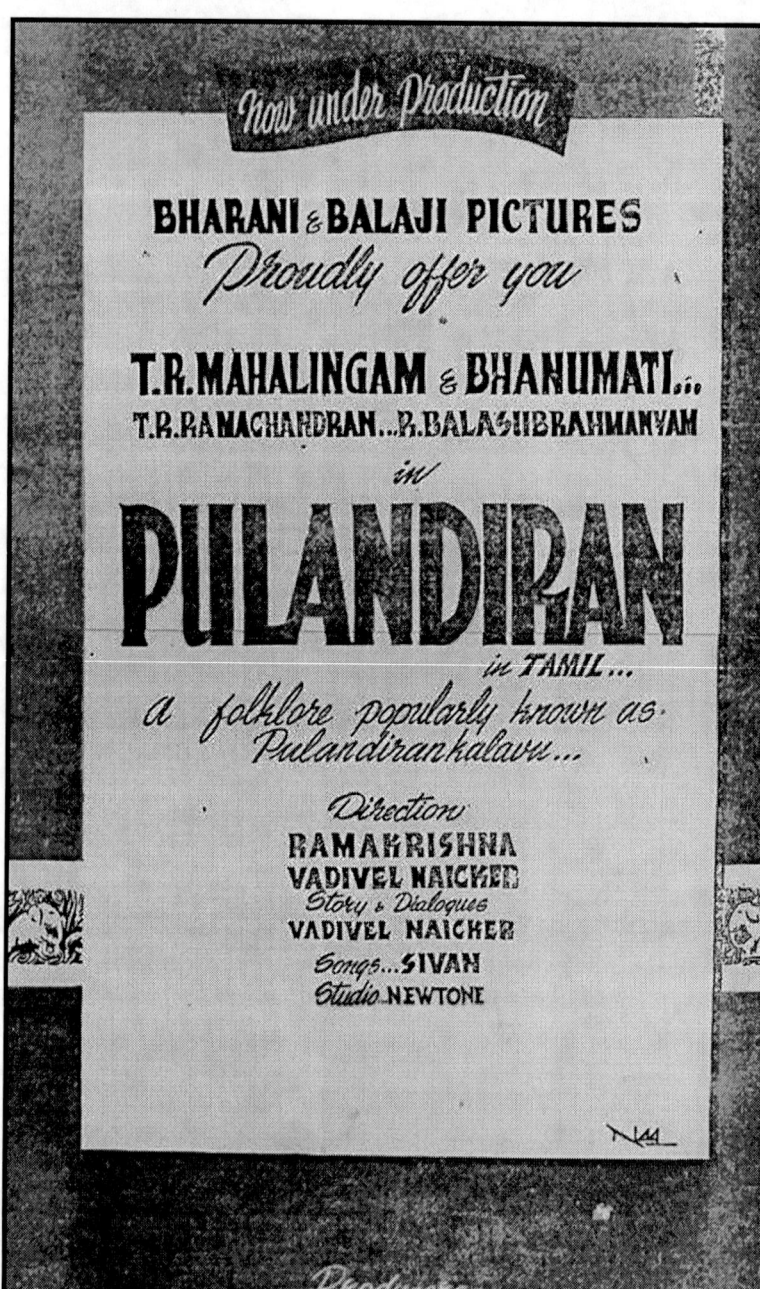

SRINIWAS CINETONE
PRESENTS
VISWAMITRA
PRODUCED AT
THE SOUND CITY MADRAS
Distributing rights Controlled by:—
ORIENTAL FILMS

Mirabai
in
Tamil
பக்த மீராபாய்

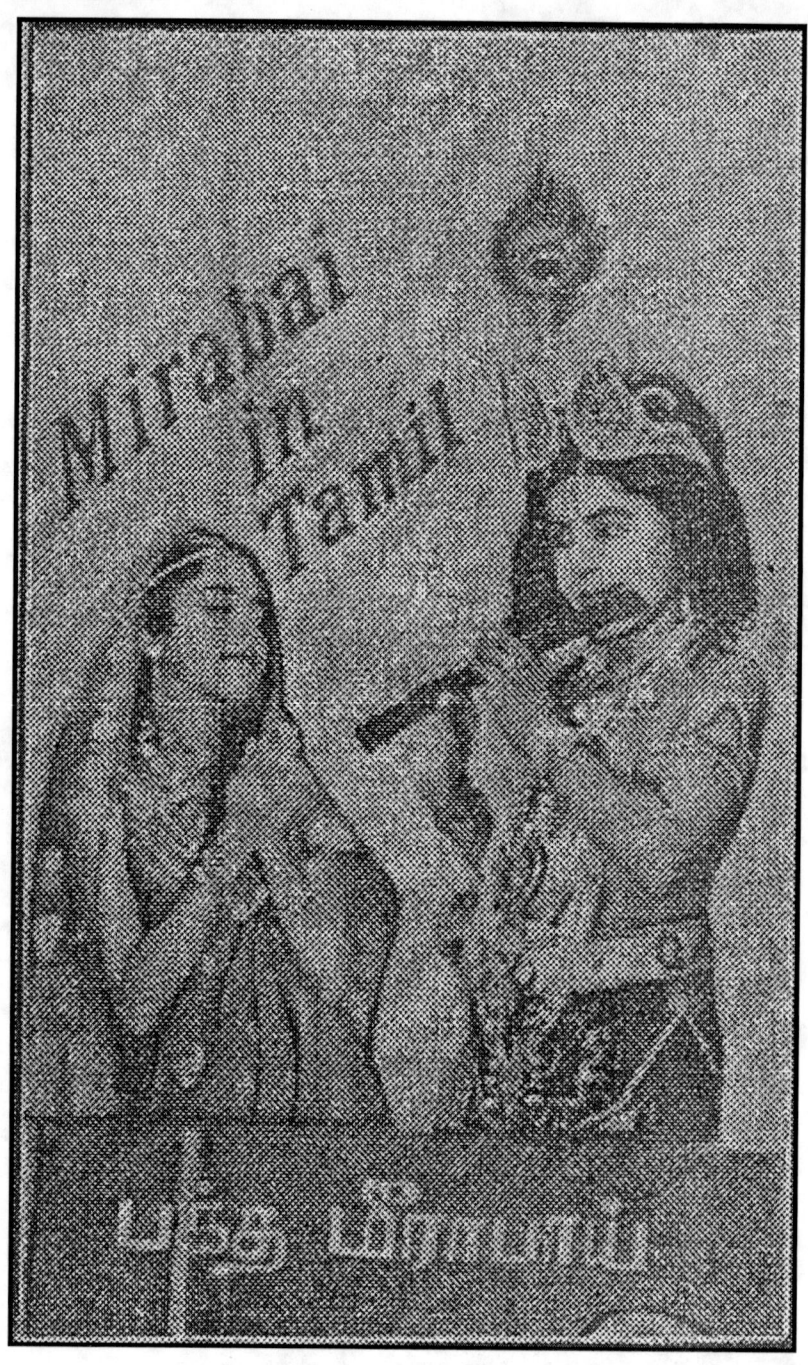

Filmography of T. C. Vadivelu Nayakar
(May not be a complete List)

1. Rajah Harischandra – 1932 Direction - (Tech Direction-Sarvottam Badami)
2. Galava Maharishi (or) Chitrasenan Upakyana – 1932 - Direction - (Tech Direction - Sarvottam Badami)
3. Prahlada -1933 Scenerio, Direction - (Tech Direction - KALI PRASAD GOSH)
4. Sakku Bai – 1934 - Songs & Dialogue
5. Draupati vasthrabaharanam – 193 4- Dialogue
6. Sarangathara – 1935 - Screen play, Dialogues..
7. Pattinathar – 1936 - Scenerio, Dialogue & Direction
8. Kavi Rathna Kalidas – 193 7- Direction
9. Mirabai -1937- Co - Direction with A. NARAYANAN
10. Vikrama Sthree sahasam & Naveena sthree sahasam – 1937 - Direction
11. Virata Parvam- 1937 - Co - Direction with A. NARAYANAN
12. Krishna Thulabaram - Dialogue
13. Viswamitra - Story
14. Prahaladha -1939 – Dialogue, Scenerio & set

15. Rambayin kathal -1939 - Co - Direction with B.N. Rao
16. Sathi Murali - 1940 - story, Dialogue, scenerio & Co - Direction with B. N. Rao
17. Aryamala – 1941 - Dialogue
18. Jagatalaprathapan – 1942 - Dialogue
19. Harichandra – 1944 - Dialogue
20. Thulasi jalandhar – 1947 - story, scenerio, & Dialogue

(Ratnavali - 1935 – Co - Direction with A. NARAYANAN) Under Review.

உறுதுணை புரிந்த ஆவணங்களில் சில

- நாடக மேடை நினைவுகள் - பம்மல் சம்பந்த முதலியார்
- பேசும் பட அனுபவங்கள் - பம்மல் சம்பந்த முதலியார்
- தமிழ் சினிமா அறிமுகம் # 1 - 1931-40- அகிலா விஜயகுமார் - மணிவாசகர் பதிப்பகம்
- எம் தமிழர் செய்த படம் - தியடோர் பாஸ்கரன் - உயிர்மை பதிப்பகம்
- பாம்பின் கண் - தியடோர் பாஸ்கரன் - கிழக்கு பதிப்பகம்
- தமிழ் சினிமாவின் பரிமாணங்கள் - விட்டல் ராவ்- நிழல் பதிப்பகம்
- நட்சத்திர மாலை - குண்டூசி . பி ஆர் எஸ் கோபால், - பேசும் பட காரியாலயம்
- சினிமா..? - பி.எஸ்.ராமையா – ஜோதி நிலையம்
- தமிழ் நாடகக் கலைமணிகள் – சட்டாம்பிள்ளை வெங்கட்ராமன்
- ஆரம்ப கால தமிழ் சினிமா 1 & 2 - அறந்தை நாராயணன் - விஜயா பதிப்பகம்
- மனிதன் எப்படி உயர்கின்றான் - கல்கி - வானதி பதிப்பகம்
- Blast from the past - Randor guy - The Hindu
- Indian express - Archive
- Valliappan Ramanathan - Facebook
- National Film Archive of India